சந்தியா
பதிப்பகம்

தேவையற்ற இலைகள் உதிரும்படியாக மரமும், தேவையற்ற இறகுகள் உதிரும்படியாகப் பறவைகளும் இருக்கையில், தேவையற்றதெல்லாம் உதிரும் படியாகவே வாழ்வும் இருக்கும். நாம் துளிர்க்க அனுமதித்தது போல, உதிர அனுமதிப்போம். தாவரமாக இருங்கள். விதை முதல் விதை வரை. சின்னு முதல் சின்னு வரை. எல்லாம் அவ்வளவுதான்.

உங்கள் உள்ளங்கைக்குள் இருட்டு நுழைந்ததுபோல, ஒளியும் நிரம்பியிருக்கிறது என்பது எளிய உண்மை.

வண்ணதாசன்

மனுஷா மனுஷா

வண்ணதாசன்

சந்தியா பதிப்பகம்
சென்னை - 600 083

மனுஷா மனுஷா

© வண்ணதாசன்

முதற்பதிப்பு : நவம்பர் 1990
சந்தியா பதிப்பக வெளியீட்டில்
முதற்பதிப்பு: 2011 ● இரண்டாம் பதிப்பு: 2016

முன் அட்டை ஓவியம் : சிவபாலன்
அளவு: டெமி ● தாள்: 60 gsm ● பக்கம்: 104
அச்சு அளவு: 11 புள்ளி ● விலை: ரூ. 110/-
அச்சாக்கம்: அருணா எண்டர்பிரைஸஸ்,
சென்னை – 40.

சந்தியா பதிப்பகம்
புதிய எண்: 77, 53வது தெரு, 9வது அவென்யூ,
அசோக் நகர், சென்னை – 600 083.
தொலைபேசி: 044 –24896979

ISBN: 978-93-81319-61-1

MANUSHA MANUSHA
© VANNADHASAN

Printed at Aruna Enterprises.,
Chennai - 40.

Published by
Sandhya Publications
New No. 77, 53rd Street, 9th Avenue, Ashok Nagar,
Chennai - 600 083. Tamilnadu.
Ph: 044 - 24896979

Price Rs. 110/-

sandhyapathippagam@gmail.com
sandhyapublications@yahoo.com
www.sandhyapublications.com

SAN-480

முன்னுரை

அந்தக் கல்திண்ணையின் சூடும், கல்-மையும்கூட இப்போதும் உணரமுடிகிறது. என்னுடைய அண்ணன் மகளுடைய கல்யாணம் முடிந்து, ஒவ்வொருத்தருக்காகக் கணக்கு முடித்து ரூபாய் கொடுத்துவிட்டு நான் உட்கார்ந்திருந்த ஒரு உச்சிப் பகல் அது. தபால்காரர்கள் வருகிற நேரமும் அதுதானே. கல்யாண வீட்டுக்குத் தபால் கொண்டு வருகிற அவருடைய முகத்தில் கூட, கல்யாண வீட்டு அலுப்பும் சந்தோஷமும் இருக்கிற மாதிரித் தோன்றும். அவர்தான் 'மனுஷா மனுஷா' பார்சலைக் கொடுத்தார். அதைச் சுற்றி முடிச்சுப் போட்டிருந்த டொயின் நூலின் தடிமன் இந்த வரியை எழுதும் விரல்களில் மீண்டும் தட்டுப் படுகிறது. மனம் எதை எதை எல்லாம், தேவையோடும் தேவையில்லாமலும் ஞாபகம் வைத்துக் கொண்டு அல்லல் படுகிறது பாருங்கள்.

வெறும் பத்தே பத்துக் கதைகள் மட்டும் உள்ள தொகுப்பு. ஆனால் என்னைப் பொறுத்தவரையில் என்னுடைய முக்கியமான தொகுப்புக்களில் ஒன்று. எழுதுகிறவனுக்கு எதுதான் முக்கியமானது இல்லை. முக்கியமானது எனத் தோன்றித்தானே அவன் இதையெல்லாம் எழுதிவிட்டு, அதைவிட முக்கியமானது ஒன்றை நோக்கி நகர்கிறான். நகர்வது, ஒரே இடத்தில் நிற்பது எல்லாம் இருக்கட்டும்.

இதை எழுதிய என்னுடைய வயதும் வாழ்வும், இதை எழுதியிருந்த காலத்தின் ஊரும் மனிதரும் கூட எனக்கு முக்கியமானவையே.

85 முதல் 89 வரை நான் அம்பாசமுத்திரத்தில் வேலை பார்த்த காலத்தில் எழுதப்பட்ட கதைகள் அவை. எனக்கு அப்போது என்ன முப்பத்தொன்பது வயதிருக்கும். முப்பத் தொன்பதாம் வயது ஒரு மோசமான வயதாகவும் நல்ல வயதாகவும் எனக்கிருந்தது. எழுதுகிற ஒரு ஆணிடம், அவன் எழுதுவதன் பொருட்டே வந்தடைகிற பெண் சிநேகிதம் எனக்கு அங்கேதான் கிடைத்தது அல்லது முதலில் கிடைத்தது. அப்படிக் கிடைத்த சிநேகிதமும் சிநேகிதியும், வழக்கம் போல அலுவலகத்திலும், வீட்டிலும் மிக மோசமாகப் புரிந்து கொள்ளப்பட்டது. கையும் களவுமாக நான் பிடிக்கப்பட்டது போல, மாதக் கணக்கில், வருடக் கணக்கில் எனக்குக் குடும்ப நீதிமன்றத்தில் தண்டனை தரப்பட்டது. இப்போது கூட நான் துரத்தப்படுவது போல, ஒரு மாய ஓட்டத்தில் பதறாமல் இல்லை. அதெல்லாம் அந்த முதல் வருடத்தில். அதற்கப்புறம் இருந்த மூன்று வருடங்களிலும் நான் பல்தேய்த்தேன், குளித்தேன், சாப்பிட்டேன், வேலைக்குப் போய் மாதா மாதம் சம்பளம் வாங்கினேன். தீவிரமாகக் கண்காணிக்கப்பட்டேன். தூக்கம் வராமல் இருந்தேன். பாதித் தூக்கத்தில் துர்க் கனவுகள் கண்டு விழித்தேன். வீடு மாற்றி இன்னொரு வீட்டுக்குப் போனேன். இந்தக் கதைகளையும் எழுதினேன் என்றும் சொல்ல வேண்டும்.

அடுத்த கட்டிடம்தான் தபால் அலுவலகம். அதில்தான் தமிழ்ச்செல்வன் அந்தச் சமயம் வேலை பார்த்தார். அவரை மாதிரி ஒரு மனுஷனை என்னால் இன்றைக்கு வரைக்கும் பார்க்க முடியவில்லை. அபூர்வமான மனம். ஏற்கெனவே எனக்கு கு. அழகிரிசாமியைப் பிடிக்கும். தமிழ்ச்செல்வனுடன் பழகப் பழக ரொம்பப் பிடிக்க ஆரம்பித்தது. இந்தத் தொகுப்பில் இருக்கிற 'சிறுகச்சிறுக' கதையையும், 'அப்பால் ஆன' கதையில் வருகிற ராஜியையும் பற்றித் தமிழ்ச்செல்வன் சொன்ன வார்த்தைகள் வேறு யாரிடமும் நான் கேட்டதில்லை. எழுதுகிறவனுக்கு அப்படிப்பட்ட வார்த்தைகள் தேவைப்படு கின்றன. அவை இல்லாவிட்டால் அவன் ஒன்றும் துள்ளத் துடிக்கச் செத்துப் போய்விடமாட்டான். ஆனால் காதில்

விழுந்த பிறகு, அவன் ஒரு சின்னப் பிள்ளை போல அடைகிற சந்தோஷம் கள்ளமில்லாதது. வாழ்க்கையில் கள்ளமில்லாத சந்தோஷங்களை அடையக் கூடாது என்று யாராவது சொல்லமுடியுமா?

'அவனுடைய நதி அவளுடைய ஓடை' கதையை எல்லாம் அந்த நாற்பதாம் வயதில் தான் எழுதமுடியும். அந்த வயது எவ்வளவு அருமையானது. பொம்பிளைப் பிள்ளைக்கு பன்னிரெண்டு பதிமூணு இருக்கும். பயலுக்கு ஏழோ எட்டோ. அலுவலகத்தில், குடும்பத்தில் எல்லாம், படித்துறையில் உட்கார்ந்து, ஓடுகிற ஆற்றுக்குள் காலைத் தொங்கப் போட்டுக் கொண்டு உட்கார்ந்திருக்கிற ஒரு ஆசுவாசம். வெயில் தெரியும், மழை தெரியும், பசி தெரியும், ருசிதெரியும், ஆண் இப்படி, பெண் இப்படி என்று தெரியும். இந்த வெளிச்சத்தில் நடந்தால் இந்த இடத்தில் இவ்வளவு நீட்டமாக நம் நிழல் விழும் என்று தெரியும். சின்ன வயதுக் கண்ணாமூச்சி என்றாலும், பெரிய வயதுக் கண்ணாமூச்சி பிடிபட்டிருக்கும். எந்த விரலும் படாமல், எல்லா விரல்களும் பட்டுக் கொண்டு ஆண்களும் பெண்களும் சதா ஒளிந்து விளையாடுவது அலுக்காது பார்வையில் படும். ஈஸ்வரி நடமாட ஆரம்பிப்பாள். நான் இந்தக் கதையையும், 'பற்பசைக்குழாயும் நாவல்பழங்களும்' எழுதத் தூண்டுதலாகவும் மையமாகவும் இருந்த ராஜா அம்மாவை, பொங்கலுக்கு பிந்திய ஒரு மதுரை தினத்தில் பறிகொடுக்க நேர்ந்தது. எழுதுகிறவன் திரும்பிப் பார்க்கிறதற்குப் பதற்றம் உண்டாக்கும்படி, அவன் எழுதிய சில மனிதரும் மனுஷிகளும் இப்படி அவனை நிர்க்கதியாக்கிவிட்டு நகர்ந்து விடின் என்ன செய்ய முடியும் அவனால்?

இந்தச் 'செடிகளுக்கு' கதையை யாராவது கவனத்தில் கொண்டிருக்கிறார்களா? சாம்ராஜ் தவிர, வேறு யாரும் இதைப்பற்றி என்னிடம் மூச்சுக் கூடக் காட்டியதில்லை. குடும்பத்தில் உண்டான அந்த நெருக்கடிக்குப் பின் செத்துப் போக விரும்பினேன். ஆனால் செத்துப் போகத் தைரியமில்லை. செத்துப் போனது போலவும், என் பிள்ளைகள் இருவரும், முதலில் குடியிருந்த வீட்டுக்குப் போய் அகஸ்தியனையும், குருவிக் கூட்டையும், பூஞ்செடியையும் பார்க்கிற மாதிரி ஒரு கதை எழுதமட்டும் முடிந்தது. இப்போது அதை வாசித்துப் பார்த்தேன். இப்போதும் செத்துப் போகத்தான் தோன்றுகிறது.

முற்றிலும் வேறு காரணங்களுக்காக, அல்லது கிட்டத்தட்ட அதே காரணங்களுக்காக.

'சொல்லமுடிந்தது கதை'யை தமிழ்ச்செல்வன் மூலம் 'செம்மலர்' இதழுக்கு அனுப்பினேன். அவர்கள் அவர்களின் நியாயங்களுடன் அதைப் 'போடவில்லை'. பின்பு 'இந்தியா – டுடே' இதழில் வெளிவந்து மிகுந்த கவனம் அடைந்தது. எனக்கு என் கதைகளைப் பற்றிக் கடிதத்தில் தெரிவித்திருந்த கறாரான எதிர் விமர்சனங்களுக்கு மாற்றாக, ஜெயமோகன் இந்தக் கதையை சிலாகித்து ஆசிரியருக்குக் கடிதங்கள் பகுதியில் எழுதியிருந்த ஞாபகம்.

இந்தக் கதையையும், சின்னுமுதல் சின்னுவரை கதையையும், அம்பலமேட்டில் இருந்த ஸ்டேட் பாங்க் ஊழியர் பயிற்சி மையத்தில் வைத்து எழுதினேன். என் சிநேகிதன் தனுஷ்கோடி அழகரை, சாராயக் கடைகளிலிருந்தோ, குடிச் சாலைகளிலிருந்தோ, பத்திரமாக பஸ்ஸில் ஏற்றி வந்து, விடுதியறையில் சேர்க்க வேண்டிய தினசரிப் பொறுப்பு எனக்கு. அதை மிகுந்த அக்கறையோடும், மற்ற பயில் – சகாக்களின் கேவலமான பார்வைகளுக்கிடையிலும் செய்கிற அளவுக்கு அழகர் ஒரு அற்புத மனிதன், இன்று வரை. பெயர்தான் குன்னம்குளம் டொமினிக் என்பதே தவிர, முழுக்க முழுக்க அது அவனுடைய கதை. அந்தச் சமயத்தில் பன்முறை வாசிக்கப்பட்டிருந்த 'ஜே. ஜே. சில குறிப்புக்கள்' அதை ஓரளவுக்குப் பாதித்து வழிநடத்தியிருந்ததாகவும் இப்போது உணர்கிறேன். என்ன, அப்போது நான் குடியை அறிந்தவன் அல்ல. என் மிடறுகள் எல்லாம் தொண்ணூற்று ஐந்துகளில் நான் அருந்தியவை. நானும் தனுஷ்கோடி அழகரும் ஒரு கேரளக் கள்ளுக்கடையில் உட்கார்ந்து அருந்தும் சாத்தியம் இதுவரை இல்லை. இனி இருக்காது எனக் கதவடைக்கவும் மனதில்லை. குன்னம் குளம் டொமினிக்கை அவனுடைய நரைத்த வயதில் சந்திப்பதில் எனக்கு ஆர்வமில்லை என்று ஆகிவிடாதா. ஏற்கெனவே சந்தித்தவர்களை மீண்டும் சந்திக்கக் கொடுத்து வைக்க வேண்டுமே. நகக் கண் வலிக்க, பாட்டிலில் லேபிளைச் சுரண்டி எடுத்து, தண்ணீர் கொடுத்து அனுப்பிய டொமினிக்கின் பெண்ணுக்குக் கல்யாணமாகி பேரன் பேத்தி எடுத்திருப்பானில்லையா டொமினிக் எனப்படும் தனுஷ்கோடி அழகர்.

'சிறிது வெளிச்சம்' கதையின் கடைசிவரிகள் இப்படி முடியும், 'எதை எழுதவேண்டும் என்கிறதுபோல, எதை எழுதக் கூடாது என்றும் எனக்குத் தெரியாதா சின்னம்மா? எனக்கும் கொஞ்சம் புரிந்து எழுதுகிற வயதாகிவிட்டதில்லையா இப்போது?' என்று.

அதைவிடவும் இப்போது மேலும் வயதாகிவிட்டது உண்மைதான். அதைவிட இன்னதுதான் இது எனப் புரிந்தும் இருக்கிறது கூடுதலாக. ஆனால் எல்லாம் புரிந்தால் எழுத முடியாது போல. புரிந்தும் புரியாத இடங்கள் இருக்கிறவரை தான் எழுதுகிறவன் செல்வதற்கான தூரம் இருக்கும் என்று தோன்றுகிறது.

முற்றிலும் வெளிச்சம் என்றால் கண் கூசுகிறது. முற்றிலும் இருட்டு என்றால், இந்த வயதிலும் ஒரு கருத்த பயம் வருகிறது. பெயருக்கு நான்கு மினுக்கட்டாம் பூச்சி, ஏறிட்டுப் பார்த்தால் இரண்டு நட்சத்திரம் தெரிந்தால் போதும் விடிய விடிய உட்கார்ந்திருக்கலாம்.

ராத்திரிக்கு மினுக்கட்டாம் பூச்சி என்றால், பகலில் பட்டாம்பூச்சி. அல்லது குறைந்த பட்சம் தட்டான்கள். தலையில் பூ உதிர்க்க ஒரு வேப்பமரம். நான் வேப்பமரத்தடியில் உட்கார்ந்தால், புங்கை மர நிழலில் உட்கார வருகிறவர் அந்தப் பிரமு அண்ணாச்சியாகத்தான் இருக்கும்.

யார் யாரைப் பார்த்துச் சொன்னால் என்ன?

கடைசிவரை காதில் விழப் போவது என்னவோ 'மனுஷா, மனுஷா' தான். அதுதானே உங்கள் பெயர், என் பெயர், எல்லோர் பெயரும்.

கல்யாண்ஜி
26.03.2011

கதைகள்

மனுஷா... மனுஷா... 11 ● சிறுகச்சிறுக... 20
சொல்லமுடிந்த கதை 35
என்றைக்கும் உள்ள வெயில் 49
சிறிது வெளிச்சம் 57 ● கிளைகள் இலைகள் 66
அப்பால் ஆன... 73 ● செடிகளுக்கு 80
மதில் மேல் சேவல் 89
அவனுடைய நதி அவளுடைய ஓடை 97

மனுஷா... மனுஷா...

"என்ன, கணக்கு முடிச்சு ஆகுதா?"

ஏறிட்டுப் பார்த்தால் பிரமு அண்ணாச்சி.

வெறுமனே பிரமு அண்ணாச்சி என்று சொல்லிவிட்டால் போதுமா. ஒரு பக்கத்தில், இடது கன்னத்தில் ஒதுக்கின வெற்றிலையும், சாறோடு சாறாகக் கசிந்து உதடு பூராவும் அமுங்கிப் பரவின சிரிப்புமாக அந்த முகத்தை எப்போது பார்த்தாலும் ஒரேமாதிரியாகத்தான் இருக்கிறது. ராத்திரி பூராவும் முழித்து ஷிப்டுக்குப் போய்விட்டு வந்த மாதிரிக் கண்ணில் இருக்கிற வீக்கமும் பளபளப்புமாக அண்ணாச்சி, கூப்பிட்ட சொல்லோடு அப்படியே பார்த்துக் கொண்டிருப்பார். பார்க்கிற நிமிஷத்தில், முதலில் உதட்டில் இருந்த சிரிப்பின் கசிவு இப்போது கண்ணிற்கும் தொற்றின மாதிரி இருக்கும். இந்த பஸ் ஸ்டாண்டிற்குள்ளேயே ஆயிரம் பேரைப் பார்த்துப் பார்த்துப் பழகின கண்களுக்கு, பிரமு அண்ணாச்சியை, அவருடைய ஜிப்பாவை, ஏற்றிச் சீவியிருந்த தலையை, வெற்றிலை ஒதுக்கலை எல்லாம் பார்த்தால் இப்போதுதான் ஒசரவிளையில் இருந்தோ ஆராம்புளியில் இருந்தோ நேரே 'நேசமணி'யில் வந்து இறங்கி நிற்கிற மாதிரி இருக்கும். ஆனால், அப்படியெல்லாம் அவருக்கு அசலூர் இல்லை. இதே ஊரில், இதே பேச்சியம்மன் படித்துறையில் முங்கிக் குளித்துவிட்டு, அப்பா காலத்து வீட்டை விற்றுத் தலைமுழுகி,

ஒரு தெருவுக்கு இரண்டு தெரு வீடுமாற்றி, கடைசியில் எங்கள் வீட்டுப் புறவாசல் குச்சில் பத்து வருஷமாக வாடகைக்கு இருக்கிறார். அங்கேதான் வினையே ஆரம்பித்தது. வாடகைக்கு இருக்கிறார் என்பதை இருந்தார் என்று சொல்லும்படி ஆகிவிட்டது, அதனால்தான். அதற்குப் பிறகுதானே நானும் அண்ணாச்சியும் இப்படி இவ்வளவு தூரத்துக்கு நெருக்கமானது.

நான் படித்தது, பாட்டைத் தொலைத்தது, வேலை கிடைக்காமல் மெட்ராஸில் அலைந்தது, இப்போது காப்பிக்கடை நடத்திக் கொஞ்சம் நிமிர்ந்திருப்பது, அப்படி நிமிர்ந்துவிட்ட உற்சாகத்தில் கல்யாணம் பண்ணி, வேறு எந்த ஊர் உலகத்தில் இல்லாத அதிசயமாய் மாட்டு வண்டியில் அடைத்து ஏழெட்டுப் பிள்ளைகளோடு பிள்ளைகளாக என் பிள்ளைகளை உட்காரவைத்து கான்வென்டுக்கு அனுப்புவது எல்லாம் அதுபோக்கில்தான் நடந்து கொண்டிருக்கிறது. ஒரு மனிதன் கல்யாணம் கட்டுவதிலோ, பிள்ளை குட்டி பெற்றுப் பள்ளிக்கூடத்திற்கு அனுப்புவதிலோ, மனைவியோடு ஆட்டோ பிடித்து சினிமாவுக்குப் போவதிலோ, சினிமாவின் சராசரிக் கிளர்ச்சியுடன் இருக்கிற மனைவியுடன் சந்தோஷமாகப் பொழுதைக் கழித்துப் படுத்துத் தூங்குவதிலோ, இதில் எல்லாம் பெரிய அதிசயம் ஒன்றுமில்லை.

அட்டவணை பிசகாமல் முந்தின ராத்திரி இவை எல்லாம் நடந்து, காலையில் எழுந்திருந்து, இதுபோன்றே முந்தின ராத்திரிகளுக்குப் பின்னால் வருகிற காலையின் உற்சாகத்துடன், “பெண்ணொன்று கண்டேன், பெண் அங்கு இல்லை, என்னென்று நான் சொல்ல வேண்டுமா?” என்று பாடிக் கொண்டே பின்பக்கம் செல்லும்போது, சட்டென்று எதிரே பிரமு அண்ணாச்சியின் பெண் வந்து கொண்டிருந்தது. அப்படி வந்ததைத்தான் விதி என்று சொல்ல வேண்டும்.

வீட்டை ஒட்டி ஒரு சந்தும், ஒருவர் போனால் ஒருவர் எதிரே வரமுடியாத இந்தச் சந்தின் வழியாகவே, இவ்வளவு பெரிய வீட்டில் உள்ளவர்களும், வாடகைக்குக் குடியிருப் பவர்களும் ‘பின்பக்கம்’ போய்வரவேண்டும் என்பதும் இப்படி ஒரு இக்கட்டில் கொண்டுபோய் விடும் என்று எதிர்பார்க்கவில்லை.

பிரமு அண்ணாச்சியின் பதினெட்டு – பத்தொன்பது வயதுப் பெண்ணை அப்படியொரு ஈடுபாட்டோடு எல்லாம்கூட நான் பார்த்தது கிடையாது. பொருட்காட்சிக்குப் போக, ஒற்றையிலே சினிமாவுக்குப் போனால் துணைக்கு, ஆர்.எம். கே.வி.யில் ஆடிக்கழிவு போட்டால் கூடச்செல்ல, துர்க்கை யம்மன் கோயிலில் திருவிளக்குப் பூசைக்குக் கூடமாட நிற்க, இப்படி ஏதாவது வழக்கமாக இந்தப் பக்கம் எல்லாப் பெண் களுக்கும் வாய்க்கிற, 'அக்கா, அக்கா' என்று அழைத்துக் கொண்டு கல்யாணம் ஆகிறவரை உதவிசெய்கிற தோழியாக மட்டுமே பிரமு அண்ணாச்சியின் மகள் இருந்தாள்.

அந்தப் "பெண் ஒன்று கண்டேன்" பாட்டையும் இவளைப் பார்த்துப் பாடவில்லை. சில சமயம் கிறுக்குப் போலக் காலையில் இருந்து ஒரே பாட்டு, ஒரே பாட்டின் ஒரே வரி, ஞாபகத்துக்கு வருமல்லவா அப்படி வந்த பாட்டு அது. நான் பாடிக்கொண்டு வர, அது எதிரே வந்த நிலையில் சற்றுச் சிரித்தது போலத் தோன்ற, எந்த முன்திட்டமும் இன்றி, அதை அப்படியே வாரி இழுக்க, ஒரு பூனைக்குட்டி போல அது சத்தமின்றி ஒண்டிக்கொள்ள, பாடின பாட்டின் இன்னொரு வரிபோல, அவளுடைய முகவாயை ஏந்தி முழு அளவிலும் பதித்து முத்தமிட்டு விட–

இந்த முப்பத்து மூன்று – முப்பத்து நான்கு வயதில் இந்த விபத்து வேண்டாம்தான். இதுகூட விபத்தல்ல; இதை மிகச் சரியாகவும் மிகத் தற்செயலாகவும் என் மனைவி பார்த்து விட்டதுதான் மிகப் பெரிய விபத்தாகிவிட்டது.

என்னைக் கையோடு வீட்டுக்குள் இழுத்துக்கொண்டு போய் நிறுத்தினாள். பின்வாசல் வழி வந்தால் அடுப்படிதானே முதலில் இருக்கும். அடுப்படியில் கசமுசாவில், இருட்டில், புகைப்பழுப்பில், வாழைக்காய் மிதக்கிற தண்ணீர்க்கொப் பரையும் இட்லித்தட்டுமாக இருக்க, நான் நின்ற கோலம் விசித்திரமாகவும் அதைவிட என் மனைவி என்னைத் திட்டின விதம் மேலும் விசித்திரமாகவும் இருந்தது.

அவள் வேறு ஒன்றும் சொல்லவில்லை. தலையில் அடித்துக் கொண்டாள். "மனுஷா, மனுஷா, உனக்கு எதிலே நான் குறை வைத்தேன்" என்றாள். ஏன் இப்படிச் செய்தாய், இப்படிச் செய்யலாமா, எவ்வளவு நாளாக இது நடக்கிறது, விட்டேனா பார் அந்தப் பெண்ணை – இப்படி எதுவுமே

கேட்கவில்லை. மறுபடியும் "மனுஷா, மனுஷா" என்று தலையில் அடித்துக்கொண்டாள். வேறு எப்படியாவது சொல்லித் திட்டி இருந்தால்கூட நன்றாக இருந்திருக்கும். இந்த 'மனுஷா மனுஷா' என்கிற குரலும், அதைச் சொன்ன விதமும், சொன்ன நேரத்தின் துக்கமும், அவளுடைய சின்னாபின்னமான முகமும் என்னை அன்றிலிருந்து வெகு காலத்துக்குத் துரத்திக்கொண்டு வந்தது.

வேறு மூன்றாம் – நான்காம் நபருக்குத் தெரியவில்லை. யாரும் யாரையும் கூப்பிட்டு விசாரிக்கவில்லை.

அப்பா என்னைக் கூப்பிட்டதாக மாத்திரம் மத்தியானம் இவள் சொன்னாள். நான் போன சமயம் அப்பா ஈஸி – சேரில் இருந்தார். பிரமு அண்ணாச்சி – அதுதான் அந்தப் பெண்ணுடைய அப்பா – ஊஞ்சலில் இருந்தார்.

ஊஞ்சல் கம்பி எல்லாம் துரு ஏறிக் கிடந்தது. மை ஊதாவிலும், பாசிப்பச்சையிலும் இரண்டு லஸ்தர்கள் உறி கட்டினமாதிரித் தொங்கிக்கொண்டிருந்தன. மூன்று – மூன்றரை மணியின் சாய்ந்த வெயில், அந்த ஊதாவிலும் பச்சையிலும் பாய்ந்து தனித்தனியாக பிரமு அண்ணாச்சியை ஒட்டியிருந்த சுவரில் விழுந்து கிடந்தது, ஒரு அபூர்வத்தை அந்தச் சூழலுக்குச் சிருஷ்டித்துத் தந்திருந்தது. அம்மா இருந்தவரை சாணியிட்டும், இப்போதும்கூட மாமாவின் சிவபூஜைக்கு அனுசரணையாக என் மனைவியால் மிகச் சுத்தமாகப் பராமரிக்கப்பட்டும் இருக்கிற தரைதான். ஆனால், எனக்கு என்னமோ புழுதி படிந்து கிடப்பது போல இருந்தது. புழுதியின் வாசனை நெஞ்சை அடைத்தது. புழுதியாக நானே அந்த அறையில் எழும்பிக் கிடப்பது போலவும் இருந்தது.

நான், வெயில் ஊடுருவிய அந்தப் பச்சையையும் ஊதா வையும் பார்த்துக்கொண்டே நின்றேன். அவை பிரமு அண்ணாச்சியின் காலடியில் கிடந்தன, விழுந்து கும்பிடுவது போல் சரிந்திருந்தன. பிரமு அண்ணாச்சியின் கால்களைப் பார்த்தேன் – கால்களை மட்டும். அவை பதற்றமில்லாமல் தளர்ந்திருந்தன. ஸ்வஸ்திக் கரை போட்ட நாலு முழ வேஷ்டியின் தொய்வில் நிதானமாக இருந்தன. சம்மணம் இடும்போது இடதுகால் மடித்து மடித்து, இடதுகால் கணுவும் பாதமும் காய்த்துப் போயிருந்தது.

அப்பா, ஒரு பெருமூச்சு விட்டார்; "ஈஸ்வரா" என்றார். அப்பாவைப் பார்க்கும்போது, அப்பா, நரைத்த புருவங்களுக்கு அடியிலிருந்து, "சின்னப்பிள்ளையா நீ" என்றார். ஈஸி – சேரின் நீண்ட கைப்பிடிகளுக்கு மத்தியில் குனிந்து பார்த்துக்கொண்டே மறுபடியும், "ஈஸ்வரா" என்றார்.

எனக்கு நிற்க முடியவில்லை. வந்துவிட்டேன். படி இறங்கும்போது, சொடக்குப் போடுகிற நேரம், பார்க்கையில், பிரமு அண்ணாச்சியிடம் தண்ணீர்ச் செம்பை அப்பா கொடுத்துக் கொண்டிருந்தார். பிரமு அண்ணாச்சி 'கடக் கடக்' என்று முழுங்கும்போது, தண்ணீர் சிந்தி, முன் நெஞ்சு ஜிப்பாவை நனைத்துக் கொண்டிருந்தது.

ஒரு வாரத்துக்குள் பிரமு அண்ணாச்சி, குச்சு வீட்டைக் காலி பண்ணிக்கொண்டு, இரண்டு தெரு தள்ளி இன்னொரு வீடு பார்த்துப் போய்விட்டார். எல்லாம் நான் கடைக்கு வந்து திரும்புவதற்குள் நடந்துவிட்டது. அண்ணாச்சியையோ அண்ணாச்சி சம்சாரத்தையோ அந்தப் பெண்ணையோ அந்த சமயத்தில் பார்க்காதது ஒருவகைக்கு நல்லதுதான். ஒரு சொல், ஒரு அழுகை என்று ஆணுக்கோ பெண்ணுக்கோ வெடித்து, எல்லாம் அசிங்கமாகிவிடாமல் கண்காணாமல் போய் விட்டார்கள்.

•

ஆறு இருக்கிற ஊரில் மனிதர்களை ஆற்றங்கரையில் பார்க்காது தீருமா. என் பிள்ளைகளை ஏதோ கடற்கரையில் அல்லது நீச்சல்குளத்தில் நிறுத்திக் குளிப்பாட்டுவதுபோல ஒருநாள் ஏக தடபுடலாகக் குளித்துக் கொண்டிருக்க, பிரமு அண்ணாச்சியும் அப்படி குளித்துவிட்டுக் கரையேறின ஈரத்துடன்–

"வீட்டில் குளிக்க வரலையா" என்றார். 'வீட்டில் குளிக்க வரவில்லையா' என்றால், என் மனைவியையும் குளிக்கக் கூட்டிக்கொண்டு வந்திருந்தால், பிள்ளைகளை ஒழுங்காகத் தலைதுவட்டிக் கூப்பிட்டுப் போவாளே என்று அர்த்தம். நான் எதிலும் சேர்த்தி இல்லாமல், முங்கி எழுந்த ஈரத்தை வழித்துக்கொண்டு ஒருமாதிரியாகச் சிரித்தேன்.

"அப்பா, சௌக்யமா இருக்காகள்ளா?" பிரமு அண்ணாச்சி தலைமயிரை மேற்பக்கமாகக் கோதிவிட்டுக் கொண்டே கேட்டார்.

"ஆமா அண்ணாச்சி" என்றதும்–

"பிள்ளைகள் பத்திரம்" என்று சொல்லிவிட்டுக் குனிந்து சோப்புடப்பாவையும், பிழிந்துவைத்த உருப்படியையும் எடுத்துக் கொண்டு போனார். உருவிவிட்டது மாதிரி பிரமு அண்ணாச்சி தூரத்தில் போகப்போக, ஓடுகிற ஆற்றுத் தண்ணீர், பாறையில் உட்கார்ந்து காலைத் தண்ணீரில் துழாவுகிற பையன், தோளில் அப்பிக்கொண்ட, "இன்னொரு தடவை முங்கு அப்பா" என்று அவசரப்படுத்துகிற பெண்பிள்ளை எல்லாம் சேர்த்து நெகிழ்த் திற்று. லீலாச் சின்னம்மையை மயானத்தில் வைத்துவிட்டு இப்படிக் குளிக்கும்போது அழுதது. அப்புறம் இன்றைக்குத்தான்.

•

இருபது வயதை இடையில் வைத்துக்கொண்டு, பிரமு அண்ணாச்சியும், நானும் ஒரு நிலையில் சிநேகிதமாகிவிட்டது போல இருந்தது.

வாலிபால் மேட்ச் பார்க்கிற கூட்டத்தில், வர்த்தக குமாஸ் தாக்கள் சங்க உண்ணாவிரதத்தில், இரண்டாவது ஷோ சினிமா பார்க்கிற நெரிசலில் – இப்படி வெவ்வேறு சூழலில் பார்க்க ஆரம்பித்து இந்தப் பக்கம் வந்தால் எட்டிப் பார்க்காமல் போகிறதில்லை என்று ஆகிவிட்டது. இன்றைக்குக்கூட அப்படி ஒரு வருகைதான்.

"எங்கே அண்ணாச்சி கிளம்பியாச்சு, இவ்வளவு நேரத்துக்கு மேலே." கணக்கை முடித்து, சரக்கு இருப்புப் பார்த்து, நாளைக்குக் காலை டீட்டி யாருக்கு என்று கட்டளையிட்டு, எத்தனை லிட்டர் பால் என்று திட்டம் சொல்லி, பாங்கிற்குப் பணம் கட்டுகிறதை நிறுத்திச் சீட்டுப் பணத்துக்கு ஆள் வந்தால் கொடுத்துவிடச் சொல்லி, 'காஸ் சிலிண்டர் எடுக்கவில்லையா' என்று பையனை ஏசி...

இத்தனைக்கும் இடையில் நான் கேட்கிறதையும் சொல்கிறதையும் மட்டும் எடுத்துக்கொண்டு–

"அப்படியே மீட்டிங் கேட்கப் போகலாம்னு வந்தேன். ஊரில் இல்லாத ட்யூப் லைட்டை எல்லாம் ஒண்ணாக் கட்டி ஸ்டேஜ் போட்டிருக்கிறானே, அப்படி என்னதான் பேசுறாங் கன்னு பார்ப்போமேன்னு புறப்பட்டேன்."

"ஒத்தையிலயா அண்ணாச்சி!"

"கடையைப் பூட்டிட்டுக் கிளம்புங்க. ரெண்டு பேருமாகவே போவோம்." பிரமு அண்ணாச்சி மீண்டும் வெற்றிலை போட ஆரம்பித்தார்.

"அண்ணாச்சி, நீங்க லிக்கர் சாப்பிடுவேளா." கட்டை விரலை உயர்த்தி வாய்ப்பக்கம் கொண்டுபோய்க் கொண்டு வந்த கேள்விக்கு பிரமு அண்ணாச்சி பதில் ஒன்றும் சொல்ல வில்லை. வெற்றிலை ஒதுக்கிய வாயை அண்ணாந்துகொண்டு, ரொம்பவும் பரிவுடன் என்மீது கையை வைத்தார்.

"சாப்பிடணுமா?" என்றார். சற்று ஓரமாய் வெற்றிலைச் சாறைத் துப்பிவிட்டு, மறுபடியும் கையைத் தோளில் வைத்து, "சாப்பிடுவோம்" என்றார்.

●

என்ன சாப்பிட்டோம்... எப்படிச் சாப்பிட்டோம்... பிரமு அண்ணாச்சி எவ்வளவு சாப்பிட்டார்... என் பங்கு எவ்வளவு... இங்கிருந்து ஹைரோடு நெடுகவும் நடந்துதானே போனோம்... அப்படித்தான் இருந்தது. கூட்டத்தில் உட்கார்ந்தமாதிரியும் இருந்தது. "அண்ணாச்சி, இதுதான் நான் படிச்ச ஸ்கூல். நான் படிச்ச ஸ்கூல் அண்ணாச்சி இது. தாயோளி, மீட்டிங் போடுதாங்க மீட்டிங் இன்றைக்கு" என்று கிரவுண்ட் புல்லைத் தட்டித்தட்டி நான் சத்தம் போட்டது ஞாபகமிருக்கிறது.

கிறக்கத்தை விட்டு விழித்துப் பார்க்கும்போது, கூட்டம் நடந்து முடிந்து ஹைஸ்கூல் கிரவுண்ட் முழுவதும் நான்கு திசைகளிலும் ட்யூப் லைட் வெளிச்சம் வெள்ளமாகப் பாய, கசக்கி எறியப்பட்ட, வேர்க்கடலை – பட்டாணி – சுண்டல் தாள்களுடன் நிலக்கடலைத் தொலியுமாகக் கிடந்தன. மசமசவென்று மைதானத்தின் புறப்படுக்கை, இங்கிருந்து எதிர்த்த கால்பந்துக் கம்பளம் வரை, தெப்பம்போல் நெளிந்து நெளிந்து அசைவது போலாயிற்று. பெரிய பெரிய கசங்கல்

தாள்கள் பந்து பந்தாக உருண்டுஉருண்டு வருவது போலவும், அதன் சரசரப்பு மட்டும் இல்லாது ஊனப்பட்டு வெற்றுக் காகித உருளைகளாக அவை அலைவது போலவும் இருந்தது. புல்லின் விளிம்புகள் காதுகளுக்குள் நுழைந்து வளர்ந்து தேகத்துக்குள் சென்றுவிட்டதுபோல் சொரசொரப்பாக மூளையுள் ஏதோ உரசின.

பிரயத்தனப்பட்டு, கண்சுருக்கி கண்சுருக்கி அகலிக்க, பூரணமான நிலவைப் பார்த்து நான் அண்ணாந்து படுத்திருப்பதும், மைதானத்தின் கரையோரத் தென்னைகள், எண்ணெய் பூசின மினுமினுப்புடன் அகலம் அகலமான தோகைகளுடன் அசைவதும் தெரிந்தன.

எழுந்து உட்கார்ந்தால், பிரமு அண்ணாச்சி அந்த இருட்டிலும் வெற்றிலை தடவிக்கொண்டு, இவ்வளவு நேரம், மடியில் போட்டுக்கொண்டு உட்கார்ந்திருந்தார் என்று தெரிந்தது.

●

"என்ன அப்படி அழுதிட்டீங்க... ஆட்டோவில் ஏத்தி நம்ம வீட்டில கொண்டு வந்து இறக்குறதுக்குள்ளே சங்கடப்பட்டுப் போச்சு. அதென்ன அப்படி ஒரு அழுகை... என்னைக்கோ நடந்தது, போனது எல்லாம் சொல்லி.... தைரியமா இருக்கணும்... தைரியமா இருக்கணும்." பிரமு அண்ணாச்சி, நான் எழுந்திருந்து முகம் கழுவித் துடைத்துக் கொள்கிறவரை காத்திருந்து அப்புறமாகச் சொன்னார். வெளியே முழுவதுமாக விடிந்திருக்கக்கூட இல்லை. குளிரும் வெளிச்சமுமாக இருந்தது.

அவர் வீட்டில்தான் ராத்திரி படுத்திருந்திருக்கிறேன் என்பதை உணர்ந்ததும் வெட்கமாயிற்று. அப்போது அழுதது எல்லாம்கூட ஞாபகமில்லை. இப்போது அழலாம் போல இருந்தது.

பிரமு அண்ணாச்சியின் பெண்ணும் மனைவியும் இதே 'கட்டி'ல்தான் படுத்திருந்திருக்கவேண்டும். இரண்டு கட்டு வீட்டில், இந்தக் கட்டை விட்டால் அடுப்படிதான். பிரமு அண்ணாச்சியின் பெண் இன்னும் எழுந்திருக்கவில்லையோ, அடுப்படியில் படுத்திருக்கிறதோ. நான்தான் என்று தெரிந்தும், உன்னை என்ன பார்க்க இருக்கிறது எனப் பொய்யாகக்

கண்ணை இறுக்கிக்கொண்டு, நீ போனபின் எழுகிறேன் என்று காத்துக்கிடந்து காலாட்டிக் கொண்டிருக்கிறதோ.

வேதனையாக இருந்தது. பார்க்க வேண்டும் போலவு மிருந்தது.

பிரமு அண்ணாச்சி, படுப்பதற்கு விரித்திருந்த விரிப்பை மடித்துக் கொண்டிருந்தார். நாலாகவோ எட்டாகவோ மடித்து விட்டு, மடித்தபின் கடைசியாக ஒரு தடவை நீவிவிட்டார். ஆள்காட்டி விரல் நகக்கண்ணில் சுண்ணாம்புடன் கை நகர்ந்தது.

இந்தப் பிரமு அண்ணாச்சி என்னைப் புரிந்து கொண்டது போல, என் மனைவி இந்தப் பெண்ணையும், இந்தப் பெண் என்னையும் புரிந்துகொள்ளல் ஆகாதா?

மனைவியைப் பற்றி நினைத்ததும், உள்ளுக்குள் 'மனுஷா, மனுஷா' என்ற குரல் விம்மியது. தலையில் அடித்துக்கொள்வது போல் அல்லாமல், அதுவே என் பெயராக அழைக்கிறது போலக் கேட்டது இப்போது.

சிறுகச்சிறுக...

*க*டைசியில் இவனுக்கு புத்தி இப்படிப் போயிருக்க வேண்டாம். ஊருக்குப் போகும்போது கொடுத்து அனுப்ப வேண்டுமென்று ஒரு கோவாப்டெக்ஸ் வேட்டியும், நல்ல சீட்டித் துண்டு ஒன்றும், இந்த நாளுக்கு ஏற்றமாதிரி ஒரு உறுதியான சாரமும் எடுத்து வைத்திருந்தேன். அவன் உடுத்தினாலும் உடுத்துகிறான் அல்லது பையனுக்குக் கொடுக்கிறான் என்றும் நம் வீட்டிலும் இது கடைசி விசேஷம், இவனுக்கும் வயதாகிவிட்டது, இனிமேல் இப்படியெல்லாம் கூப்பிட்ட நேரத்துக்கு விவசாயத்தைக் கூடப் போட்டுவிட்டு வந்து கல்யாணம் – கார்த்திகைக்கு அடுப்பு முன்னால் நின்று பாடுபட முடியாது என்றும் கொஞ்சம் நல்ல துணிமணியாகவே எடுத்திருந்தேன்.

அதற்குள் தொழுவத்தில் குத்தியிருக்கிற பனங்கையில் நாண்டுக்கிட்டு நின்று செத்துப் போயிருந்தான்.

●

இவன், அவன், வா, போ, நீ என்று எல்லோரும் ஒருமையிலேயே கூப்பிட்டாலும் குறைந்தது மலையப்பனுக்கு அறுபது – அறுபத்தைந்துக்கு மேலேயே இருக்கும். எனக்கே அடுத்த ஆவணி வந்தால் முப்பத்தெட்டு முடியப் போகிறது.

நான், ஒன்றாம் வகுப்பு முழுப் பரீட்சை லீவில் களக்காட்டிற்கு டாக்டர் மாமா வீட்டிற்குப் போயிருக்கையில்தான் முதல் முதலாக அவனைப் பார்த்தேன்.

ஒரு மனுஷனைப் பற்றிய முதல் ஞாபகம் எப்படி எப்படி யெல்லாமோ இருக்கும் என்றாலும், எனக்கு இருக்கிறது எப்படியென்று யாராலும் யூகம் பண்ண முடியாது.

அருமையாக வாசம் அடிக்க, மண்சட்டியில் மணல் போட்டு வறுத்த வேர்க்கடலையின் சூடான ஞாபகத்துடன் தான் எனக்கு மலையப்பன் ஞாபகம் இருக்கிறது என்றால் நம்ப முடியுமா?

டாக்டர் மாமா வீட்டுக் கம்பவுண்டர், சோளத்தட்டையில் காக்கா முள் செருகி, பனை ஓலையில் செய்து கொடுத்த காற்றாடியுடன் கிழக்கும் மேற்கும் நாங்கள் நாலைந்து பையன்களுடன், அந்தக் கம்பவுண்டரோ கூடவிளையாடின பையனோ சொல்லிக்கொடுத்த 'கன்னங் கன்னங் காத்துக் குள்ளே குர்ர்ர' என்ற மந்திரத்தைச் சொல்லி, காதைப் பிடித்து முறுக்குவது மாதிரி காற்றாடி நுனியைத் திருப்பி, யார் கையிலிருப்பது வேகமாகச் சுற்றுகிறது என்று ஓடிக் கொண்டிருந்தோம். சிங்கப்பூர் ஆயான் வீட்டு நடையில் தூணைப் பிடித்துக்கொண்டு முத்தக்கா, 'ஓடு ஓடு' என்று என் தோள்பட்டையைக் காற்றடிக்கிற திசைக்கு எதிராகப் போகும்படி சொல்லித் திருப்பி முத்தமும் கொடுத்து அனுப்பும் போது, ஓரத்தில் வண்டி மை தடவின என்னுடைய காற்றாடி கிண் என்று சுற்றுவதற்குக் கேட்பானேன்.

அப்போதுதான் மலையப்பன் ஒரு கொட்டாப் பெட்டியில் சுடச்சுட வறுத்த வேர்க்கடலையோடு வாசலுக்கு வந்து, 'ஐயா, எல்லோரும் ஓடியாங்க' என்று கூப்பிட்டான். அப்புறம் விளையாட்டாவது ஒன்றாவது.

மலையப்பன், குத்துக்குத்தாக ஒவ்வொருத்தர் உள்ளங் கையிலும், தெறித்துப் போகிற மாதிரி இருந்த வேர்க்கடலையை அள்ளிக் கொடுத்து ஆளுக்கு ஒரு அச்சுவெல்லமும் கொடுத்தான். அதைச் சாப்பிட்டுவிட்டு, 'இன்னும் கொஞ்சம் வேணும்போல' இருக்கவே வீட்டுக்குள் தண்ணீர் குடிக்கிறமாதிரி போக–

மலையப்பன், அடுப்புக்கு முன்னால் இருந்த ஒரு கருத்த மண்சட்டியில் கடலையை வறுத்துக் கொண்டிருந்தான். மணலின் நொறுநொறுப்பும், கிளறுகிற கரண்டி, மண் சட்டியில் கடலையைப் புரட்டுகிற சத்தமும், தீ வெளிச்சமும், நெஞ்சையடைக்கிற வாசனையுமாக இருந்த அடுப்படியில் நான் நிற்கும்போது, முழிக்கிற முழியைப் பார்த்தே சுளகில் வறுத்துத் தட்டியிருந்த கடலையை, 'இந்தாங்கையா' என்று என்னை இழுத்து டிரவுசர் பாக்கெட்டில் போட்டுச் சிரித்தான். வேர்க் கடலையின் சூடு, தொடையில் வினோதமாகப் பட முத்தக்காவுக்குக் கொடுக்க ஓடியே போனேன்.

●

'ஐயா' என்கிற சொல்லை மலையப்பன் மாதிரி இவ்வளவு அருமையாக யாரும் உச்சரிக்க முடியாது. 'கெண்டியைக் கழுவி வச்சாச்சு. ஐயாவுக்குப் பால் புகட்டலாம்' என்பான். அவன் குறிப்பிடுகிற ஐயா, தொட்டிலில் கொலுசுக்கால் தொங்க, நரி விரட்டுகிற முகத்துச் சிரிப்புடன் ஒருச்சாய்ந்து தூங்கிக் கொண்டிருக்கும். 'ஐயாவுக்குக் கொணகொணங்கு. புகையைப் பிடிக்கச் சொல்லலாம்னு வசம்பை சுட்டுக்கிட்டிருக்கேன்' என்பான். அவன் சொல்கிற ஐயா, எங்கள் அப்பாவுக்கும் அம்மாவுக்கும், கமிஷன் கடைக் கணக்குப் பிள்ளையைக் கூப்புட்டு 'வத்தல் எல்லாம் என்ன விலைக்குப் போயிக்கிட்டு இருக்கு வே' என்று துலாம் கணக்கில் பேசிக் கொண்டிருப்பார்கள்.

'என்னய்யா, பள்ளிக்கூடத்துக்கு லீவு விடச் சொல்லிடுவோம். என்கூட வாங்க. கிராமத்துக்குப் போகலாம்' என்று என்னைக் கேட்பான். நானும் ஐயாதான்.

'ஐயா' என்பது மரியாதையைக் குறிக்கிற சொல்லா என்று கேட்டால் மலையப்பனுக்குத் தெரியாது. 'அணைவிடைப் பிள்ளையிலிருந்து கிழவன்வரைக்கும் உனக்கு ஐயாதானா மலையப்பா?' என்று பெரியவனான பிறகு நான் கேட்டதற்கு, 'அதனால் என்ன ஐயா' என்று சொல்லிச் சிரித்தான்.

ஒரு அகராதி எழுதச் சொல்லி என்னை யாரும் கேட்டுக் கொண்டால், 'ஐயா – பிரியமாகக் கூப்பிடுகிற ஒரு சொல்' என்றுதான் அர்த்தம் போடுவேன். இந்தக் காலத்துத் தாலுகா

ஆபீஸில் எதுக்கெடுத்தாலும், 'ஐயா, ஐயா' என்று மரக்கட்டை மாதிரி, அந்தச் சொல் உயிரில்லாமல் மேலே விழுகிறதை அனுபவித்த பிறகு, இது முன்னைக் காட்டிலும் ரொம்பப் பிடித்தமாகிவிட்டது – மலையப்பன் சொல்லும்போது.

●

டாக்டர் மாமா போன ஆஸ்பத்திரி ஜீப், மரத்தில் மோதி அந்த இடத்திலேயே மாமா 'துள்ளத் துடிக்க'ச் செத்துப் போன பிறகு கொஞ்சநாள் அத்தையுடனும் பிள்ளைகளுடனும் இருந்த மலையப்பன், 'திரும்பின இடமெல்லாம் வெறிச்சுண்ணு இருக்கு. வெந்நியறை அண்டாவில தண்ணி பிடிச்சு ஊத்தினால், ஐயா பாட்டுப் படிக்கிற மாதிரி இருக்கு. அரைக்கீரையை வதக்கித் தாளிச்சு இறக்கினா, ஐயா கோழிமுட்டைத் தட்டை (கொஞ்சம் நீள் வட்டமாக இருக்கிற தட்டுக்கு மலையப்பன் வைத்த பெயர் அப்படி) வச்சுக்கிட்டு உட்கார்ந்திருக்கிறமாதிரி இருக்கு... தாங்கமுடியலை' என்று கண்ணைத் துடைத்தபடி தாத்தாவிடம் வந்து நின்றான்.

'ஊருக்கு வேணும்னா போயிட்டு வாரியா? ஒத்தக் கட்டையா இருந்த நாள் இருந்தாச்சு, போதும். ஒங்க அண்ணனை நான் கூப்புட்டேன்ணு வரச் சொல்லு. எட்டிப் பார்த்துட்டு போகணுமாம்னு சொல்லு. உனக்கு ஒரு ஏற்பாட்டைப் பண்ணிவிட்டு நான் கிராமத்துக்குப் போறேன். களத்தில பாதி, சேர்ல பாதின்ணு அப்படி அப்படியே எல்லாத்தையும் போட்டுட்டு வந்திருக்கேன். இன்னோர் ட்ரிப்பு உனக்காக எடுத்துக்கூட்டி வர முடியாது; தலைக்கு மேலே ஜோலியிருக்கு.'

தாத்தா வழக்கம் போல – பார்க்கிற ஆளைவிட்டுக் கண்ணை நகர்த்தாமல், கீழ்ப்பற்களிலுள்ள இடைவெளியில் செம்மிப் போயிருந்த பாக்கைத் தென்னை ஈர்க்கால் துளாவிக் கொண்டே பேசுகையில், அனிச்சையாக நடுப்பல்லில் இருந்து ஈர்க்கு பக்கவாட்டில் நகர்ந்து நகர்ந்து வாய் கோணுகிற அளவுக்கு வந்து, எருக்கலம்பூ மொட்டை நெற்றியில் தட்டினது மாதிரி, ஒரு சின்னச் சத்தத்துடன் அவர் பொதுமி ஊறிப் போயிருந்த பாக்குத்துண்டைத் துப்பும்போது, எதிராளி அவர் சொல்லுக்கு வசியம் பண்ணினது போலக் கட்டுப்பட்டிருப்பான் – சொல்லிக் கொண்டிருந்தார்.

மலையப்பன் பதில் பேசாமல் அழுதுகொண்டே நின்றான். உள்ளே போய், 'ஐயாவோட பழைய துணி மணி ஏதாவது இருந்தால் கொடுங்க ஆச்சி' என்று கேட்டு வாங்கிப் பைக்குள் திணித்துக்கொண்டு,

'போகலாமா ஐயா' என்றான்.

'என்கூட அந்த அத்துவானக் காட்டிலே நீ என்னத்துக்கு டே' என்று தாத்தா சொல்லிக்கொண்டே ஒருபக்கமாகத் திரும்பி, 'அப்படி வா வழிக்கு' என்பது போலச் சிரித்துக் கொண்டார். அப்படிப் புறப்பட்டுப் போனவன்தான், ஒரு பத்து வருஷத்துக்குள் சமையலுக்குச் சமையல், கணக்கப் பிள்ளைக்குக் கணக்கப்பிள்ளை, காரியஸ்தருக்கு காரியஸ்தர் என்று கிராமத்தில் தாத்தாவுக்கு வலது கை ஆகிவிட்டான். நெல் விற்றாலோ, பருத்தி தூக்கினாலோ, வத்தல் விலைக்குப் போட்டாலோ, மலையப்பன்தான் ரூபாயை மடியில் கட்டிக்கொண்டு வந்து சேர்ப்பான்.

அப்பா ஒழுக்கறைப் பெட்டியைத் திறந்துகொண்டு அதன் உட்பக்கத்தில் தஞ்சாவூர் பாணி குழலூதும் கிருஷ்ணன் தெரிய மலையப்பன் ரூபாயை ஒப்படைத்துக் கொண்டிருக்கும் போது ஒரு தடவை தற்செயலாக நான் போகும்படி ஆனது.

'என்ன மலையப்பா' என்று கேட்டேன்.

'இருக்கம் யா' என்றான்.

'இருக்கிறேன் ஐயா' என்பதை இவ்வளவு திருப்தியுடன் ஒரு மனுஷன் சொல்லமுடியுமா? அலுப்பில்லாமல், நொந்து கொள்ளாமல், இப்படியே இருக்கின்றோமே என்று சடைத்துக் கொள்ளாமல், மலையப்பன் தன்னை இத்தனை வருஷங்களாகத் தொடர்ந்து காப்பாற்றிக்கொண்டே வருவது எப்படி என்று தெரியவில்லை.

●

எனக்குக் காலேஜ் போகிற வயதாகிவிட்டது என்றால், அவனுக்கும் அதேபோலக் கணிசமாக வயது கூடியிருந்தது உண்மைதான். உடம்பு முன்னைக்கிப்போது – வயல் வரப்பில் நடமாடுவதால் – கருத்திருந்தாலும்கூட, பயிர் பச்சை என்று அவனுடைய உலகம் மாறினதால் மலையப்பனின் முகத்தில்

ஏதோ ஒரு கூடுதலான கனிவு வந்திருப்பதை நான் உணர முடிந்தது.

இழுத்து மூச்சு வாங்கி உள்ளே நிரப்பிக்கொண்டதனால் வியர்வை வாடை, கம்மென்று கதிர்வாங்கிச் சாய்ந்து கிடக்கிற நெல்லின் வாசனை, மேய்ச்சலுக்குப் போய்விட்டுத் திரும்பி மாடு அடைகிற சமயத்தில் மோகத்துடன் பில்லைப் பசுமேல் இப்போதுதான் கொம்பு எட்டிப் பார்க்கிற காளையங்கன்று விழப் புழுதியும் வெதுவெதுப்புமாக முழங்கால் அளவுக்கு மிரண்டு எழுகிற தூசிப்படலம், அறுப்புக்கடையில் சீனிக் கிழங்கும் மொச்சைப்பயறும் வாங்கித் தின்றுகொண்டே சாராயம் குடித்துப் பேசுகிற தவசிக் கிழவன் மேல் கால் எல்லாம் சந்தனம் பூசிக்கொண்டு கோயில் கொடையில் முந்தின நாள் வில்லுப்பாட்டுக் கேட்டுக்கொண்டே தூங்கின வாக்கில் செத்துக்கிடந்தது, குளம் வற்றுகிற பங்குனி – சித்திரையிலே மீன் துள்ளித் துள்ளி மின்னலடித்துச் சாகையில் குளத்தங்கரை முழுவதும் அடிக்கிற மீன் வாடை, பொங்கலுக்கு அடுப்பெரிக்க 'டவுன் வீட்டி'ற்கு அனுப்புவதற்காக வெட்டி, கை கையாக மாறி மாறி அடுக்கிக் கட்டியிருந்த பனை ஓலையை வண்டியில் ஏற்றும்போது, குளிர்ச்சியான அந்த ஓலை வாசனைக்குள் சுருண்டு சுகமாகப் படுத்துக்கிடந்த நல்ல பாம்பு உள்ளங்கை அகலத்துக்குப் படம் எடுத்து, பின்னால் கொத்துவதற்குத் தயார் போலச் சாய்ந்து மினுமினுத்து மேலும் படத்தை அகட்டியது, மலையப்பன் கைப்படக் கிணற்றடியில் நட்ட வாழை, குலை தள்ளியது – இப்படி நான் கேட்டது அவன் சொல்லியது எல்லாமாகச் சேர்ந்து மலையப்பனைப் புது ஆளாக ஆக்கிவிட்டிருந்தது மாதிரிதான் எனக்குப் பட்டது.

அப்படி, தான் ஒரு புது ஆளாக ஆகிவிட்டதாக மலையப் பனுக்கே தோன்றியதோ என்னவோ, நாற்பத்தைந்து வயதுக்கு மேல் திடீரென்று கல்யாணம் பண்ணிக்கொண்டு ஊரோடு போய்விட்டான்.

●

மலையப்பனுக்குக் கல்யாணம் ஆனதெல்லாம் எனக்குத் தெரியாது. ஆனால் அவன் கல்யாணம் பண்ணிக்கொண்டு ஊரில் தங்கி, யாருடைய வயலிலேயோ பாட்டத்துக்கு

உழைத்துக் கொண்டிருக்கிறான் என்று கேள்விப்பட்டேன். நாங்கள் எல்லோரும் அவனையும் அவன் வீட்டுக்காரியையும் பார்த்தது பெரிய தாத்தா இறந்த வீட்டுக்குள்தான்.

பூட்டன்மார் நாங்கள் எல்லோரும் நெய்ப்பந்தம் பிடித்துக் கொண்டு சந்தோஷமாக நிற்க, நெற்றி நிறைந்த விபூதியும் சிவ களையுமாக, நிறைந்து அடங்கின முகத்துடன் கண்களை மூடியிருந்த பெரிய தாத்தாவின் சடலத்தைத் தூக்கும்போது–

'லப் லப் லப் லப் ல' என்று ஒற்றைக் குரவை ஒன்று கேட்டது. யார் என்று சங்கு ஊதுகிற குடிமகன் உட்பட ஒரு நிமிஷம் திரும்பிப் பார்த்தபோது மலையப்பனின் பெண்ஜாதிதான், தீவாரணை காட்டுகிறது போன்ற, ஒரு பரவசத்துடன் விடாமல் குலவையிட்டுக் கொண்டிருந்தாள்.

நாக்கு அப்படி ஒரு துள்ளுத் துள்ளிக்கொண்டிருந்தது.

●

அப்பேர்ப்பட்டவள் பெற்ற பிள்ளைக்குப் பேசமுடியாமல் போனது எவ்வளவு பெரிய துரதிர்ஷ்டம். இத்தனை வருஷம் கழித்துக் கல்யாணம் கட்டிப் பிள்ளையும் பிறந்து, அதுவும் ஆணாக இருந்த சந்தோஷம் முழுதாக மலையப்பனுக்கு இல்லாது போயிற்று.

மலையப்பன் இதைப் பற்றி எங்கள் யாரிடமும் வாய்விட்டு வருத்தப்படவில்லை. செத்துப்போன டாக்டர் மாமா படத்துக்கு முன்னால் பையனை நிறுத்திக்கொண்டு, மார் மார் என்று அடித்ததாகவும், 'அந்த கண்ட்ராவியைக் கண் கொண்டு பார்க்க முடியலை' என்றும் அத்தை சொன்னாள். அந்த வருத்தம் இருக்கக்கூடியது இயல்புதான்.

ஐம்பது வயதில் இரண்டு – மூன்று வயதுப் பையனுடன், பட்டாளத்துக்காரன் போடுகிறமாதிரிக் காதுவைத்த காக்கிச் சட்டையைப் போட்டுக்கொண்டு எங்கள் வீட்டுத் தொழுவத்துப் பக்கத்துப் புறவாசல் நடையில் அவன் படுத்துக் கிடந்ததை இரண்டாவது காட்சி சினிமாவுக்குப் போய்விட்ட வந்த நான் ஒரு நாள் பார்த்தேன். நிலவு உச்சிக்கு வந்து துல்லியமாக எல்லாம் அசையாதிருக்க, மலையப்பனும் அவன் மகனும்

ஒட்டிக்கொண்டு தூங்குவதைப் பார்க்கச் சங்கடமாக இருந்தது. எங்கேயோ ஒரு கரிசல் குளத்தில் பிறந்து எங்கள் குடும்பத்துடன் மறுபடி மறுபடி வந்து ஒட்டிக்கொண்டு, வாய் பேசாத பிள்ளையுடன் வயோதிகத்தின் மர்மமான குகையில் நுழையத் துவங்கிவிட்ட மலையப்பனுடைய இந்தத் தூங்குகிற தோற்றம் கஷ்டமாகவும் துயரூட்டுவதாகவும் இருந்தது.

●

ஒரு பதினைந்து வருஷம் கண்ணாம்பூச்சி ஆடி, எங்கள் குடும்பத்தில் ஆள் ஆளுக்கு வளர்ந்து, கல்யாணமாகி வேலைக்கும் போய் ஊர் ஊராகக் கூடாரம் போட்டு, இத்தனை காலம் சாப்பாடுபோட்ட பூர்வீக வயல் எங்கேயிருக்கிறது என்றுகூடத் தெரியாத நாலாவது பரம்பரையான நாங்கள் – ஓட்டுக் கூரைபோட்ட சப்ரிஜிஸ்திரார் ஆபீஸ்களில், முழுக்கால் சட்டை அணிந்து வாய் மரியாதையாக ரேகை புரட்டி, அநேகமாக எல்லாவற்றையும் பெண்பிள்ளைகள் கல்யாணச் செலவுக்காகக் கிரயம் பண்ணி, அவரவர் ஆபீஸ் நாற்காலியும் சிலோன் ரேடியோவும் ஊருக்குப் போகும்போது வீடியோ பஸ் கிடைக்காதா என்று காத்திருப்பதும் ஆகி, போட்டிருக்கிற சட்டைக்கும் வேட்டிக்கும் பழுதில்லாமல் நடமாடி, அவரவர் குழந்தை குட்டிகளுக்கு டிஸ்கோ சட்டை ரெடிமேடில் வாங்கிப் போட்டு, 'வீட்டு லோன் சாங்ஷன் ஆகிறதுக்குள்ள விடிஞ்சிரும்போல இருக்கே' என்றும், 'சிமெண்ட் பர்மிட் கிடைக்கிறதுக்கு எவ்வளவு ரூவா வெட்டினே' என்றும் – பேசிக்கொண்டிருந்த கடைசித் தங்கச்சி கல்யாண வீட்டில், நான் மட்டும் கொஞ்சம் பழைய சுரணையில் எங்களுடைய அந்த ஆதிகாலத்து வீட்டின் மச்சு அலமாரியில், நான் வரைந்து சுருட்டிப் போட்டிருந்த படங்களை ரொம்ப ஆசையுடன் விரித்துப் பார்த்து, பழைய காகிதங்களின் புழுங்கின வாடைக்கு ஆஸ்த்துமா தும்மல் தும்மிக்கொண்டிருக்கும்போது, பின்னால் யாரோ வந்து நின்றார்கள்.

ஒரு வெள்ளைத்துண்டைக் கதகளிக்காரன் மாதிரி நேரியலாக நீட்டமாகத் தொங்கவிட்டுக்கொண்டு, சுருட்டை முடியுடன் ஒரு பையன் க்ஹ்ஹ் என்று இடையில்

மெல்லிசாக ஒரு றகர உச்சரிப்பும் அமுங்கிவரச் சிரித்துக் கொண்டு, ரொம்ப சந்தோஷமாக நின்றான். மலையப்பனின் பையனா என்று நம்ப முடியவில்லை. பதினேழு வயதில் ஒரு இளம்வீரனைப் போல இருந்த அவன், நான் வரைந் திருந்த படங்களைப் பார்த்துப் பாராட்டினான். பெருவிரலையும் சுட்டுவிரலையும் சேர்த்து வளையம் போட்டு, மற்ற விரல்களை நீட்டி நெஞ்சுமட்டத்திற்குச் சிறு குலுக்காகக் குலுக்கிப் 'பிரமாதம்' என்பது போல ஒரு சைகையில் பாராட்டினான்.

அவன் காட்டின அந்தப் படத்தில், ஆரஞ்சு நிறத்தில் ஒரு பெரிய சூரியன் பிரம்மாண்டமாக இருக்கும். ஆறு குதிரைகள் மினுமினுப்பான கருப்புக் கலரில் திரண்டெழுந்து வந்து கொண்டிருக்கும். ஓவியத்திற்கு வலது ஓரத்திலும், பார்க்கிற நமக்கு இடது புறத்திலுமாக வருகிற ஏழாவது வெள்ளைக்குதிரையில் உட்கார்ந்திருக்கிறவனது கையும் காலும் சிறகு போல உயர்ந்திருக்கும். குதிரைகளின் பாய்ச்சல் நிறைந்த காலடியில், அவை தாண்டுகிற ஓடைத் தண்ணீர் கண்ணாடிப்பாளமாக மடிந்து சிதறும்.

மூல ஓவியத்தின் இத்தனை ஜாடையும் நான் வரைந் திருப்பதில் வெகு சிறிதே தெரிந்திருந்தது. மனிதனை வரைவது போலக் குதிரையை வரையமுடியாததும், குதிரையை வரைந்த அளவு அந்தத் தண்ணீர்த் தெறிப்பை வரைய முடியாததுமாக நான் இருப்பதை உணர்ந்தபடியிருந்த என்னை மலையப்பனின் பையன் கட்டிக்கொண்டு குலுக்கினான். கை குலுக்குகிற நாகரிகம் அவனுக்குத் தெரியாததாலோ என்னவோ, வலி எடுக்கிற அளவுக்கு என் புஜத்தைக் குலுக்கினான். பாராட்டை விட சந்தோஷம் உண்டா உலகத்தில். அதுவும் எப்பேர்ப்பட்ட பாராட்டு இது.

என்ன செய்வது என்று ஓடாமல், சட்டையில் குத்தியிருந்த பால் பாயிண்ட் பேனாவை எடுத்து, 'நீ வரைகிறாயா' என்பது போல, உள்ளங்கையில் எழுதுவது போல, அவனிடம் கேட்டேன்.

அவன், தலையை உற்சாகமாக அசைத்துக்கொண்டு, நான் பிரித்துக் குப்புறக் கவிழ்த்தின பெரிய பழுப்படைந்த ட்ராயிங் பேப்பரில் வரைய ஆரம்பித்தான். கல்வெட்டுகளைப் போலவும் புதைபொருள்கழகத்தில் பாதுகாக்கப்பட்ட ஓவியங்களின் சாயலிலும் எல்லாம் தோன்றத் தோன்ற

மலையப்பனின் மகன் வரைந்தவை அடுத்தடுத்த ஆச்சரியங் களுக்கு என்னை இட்டுச் சென்றன.

அந்தப் பதினேழு வயது களங்கமற்ற, பேச்சு அறியாத, சந்தோஷம் ததும்புகிற, நகக்கண்களில் அழுக்குச் சேர்ந்த நீண்ட விரல்கள் வரைந்த எல்லாப் படங்களும் ஆடையற் றிருந்தன. நீண்ட குறிகளுடனும் மெலிந்த திரேகத்துடனும் ஆண்கள் இருந்தனர். சின்னஞ்சிறு மார்பு வட்டங்களுடனும் அழுத்தமான மறைவிடங்களுடனும் பெண்கள் இருந்தனர். ஒருவருடன் ஒருவர் இணைந்து கொண்டிருப்பது போல் தட்டையான பரிமாணத்துடனும் சில இருந்தன.

இதை வரைந்துகொண்டும் என்னை ஏறிட்டுப் பார்த்து என் அங்கீகாரத்தை எதிர்பார்த்துச் சிரித்துக்கொண்டும் மறுபடியும் வெவ்வேறு நிலைகளிலான அந்தப் படங்களை வரைந்துகொண்டும் இருந்தான்.

அப்படியொரு களங்கமற்ற ஓவியமான மலையப்பனின் மகனைச் சந்தித்தேன் என்பதை நான் வெளியே யாரிடமும் சொல்லவில்லை. சொன்னால் என்ன சொல்வார்கள்.

'ஏ.. மலையப்பா.. காலம் கெட்டுப் போச்சு. நீ மண்டையைப் போடுகிறதுக்குள்ளே உம் மகனுக்கு சட்டுப்புட்டுன்னு ஒரு கல்யாணத்தைப் பண்ணி வையி' என்பார்கள்.

நமக்குக் கல்யாணத்தைத் தவிர வேறு என்ன தெரியும்?

•

மலையப்பன் அன்றையிலிருந்து இன்றைக்குவரைக்கும் ஒன்று போல இருக்கிறதுமாதிரி எல்லோரும் இருக்க முடியுமா என்ன? எல்லோரும் இருக்க முடியுமோ முடியாதோ, அப்பாவால் முடியவில்லை. மலையப்பனுக்கு வயதாகிவிட்டது போல அப்பாவுக்கும் வயதாகிவிட்டது என்றாலும், அப்பா, மலையப்பனை அப்படிச் சத்தம்போட்டுக் கொண்டிருப்பதைக் கேட்க ஒருமாதிரியாக இருந்தது.

முன்பு ஊஞ்சல் கிடந்த இடத்தில், பட்டாசலில், அப்பா ஈஸிச் சேர் போட்டுப் படுத்துக்கொண்டிருக்க, மலையப்பன் இன்றைக்கும் அந்தப் பட்டாளத்துச் சட்டையைப் போட்டுக்

கொண்டு குனிந்தபடி நிற்கிறான். மீசையில்லாமலேயே கிட்டத் தட்ட முப்பது வருஷம் பார்த்துப் பழகின மலையப்பனின் முகத்தில் நரையும் திரையும் மண்டிக் கிடக்கிறது.

'தந்திருவேன், தந்திருவேம்ணா எங்கேயிருந்து டே தரப் போற? கணக்குப் பார்த்தா ஒன்றரை வருஷம் ஆகப் போகுது, இந்த அப்பிசிக்கு.' அப்பா காலண்டரை ஒரு தடவை பார்த்துக் கொண்டார்.

'ஐயாவுக்குத் தெரியாதது இல்லை. மழை தண்ணி யில்லாமல் ரெண்டு வருஷமா விவசாயம் தெவங்கிப் போச்சு.' மலையப்பன் குனிந்துகொண்டே சொன்னான்.

'மாட்டு லோன் வாங்கினதைப் பாங்கில அடைக்கிறதுக்கு மாத்திரம் பெஷலா ஒனக்குண்ணு மழை பெய்யுதோ. நானும் சாரிச்சுக்கிட்டுதான் இருக்கேன். தெரியாமப் போகும்ணு நெனைச்சுக்கிட வேண்டாம்.' ஒன்று மாற்றி ஒரு பசு நின்ற எங்கள் தொழு இப்போது காலியாகக் கிடக்கிற வயிற்றெரிச்சலோ என்னவோ, மலையப்பன் சற்றும் எதிர்பாராத இடங்களில் எல்லாம் அப்பா தாக்குவது என்றிருந்தார்.

'அந்தப் பயல் பேரில எடுத்த லோன் அய்யா அது. நாளையும் பின்னைக்கும் கல்யாணம் காட்சின்ணு அவனுக்கு ஒண்ணு பண்ணினோம்னா ஒரு ஏந்தலா இருக்கும்ணு வாங்கிவிட்டதுய்யா அது. பில்லுக்கும் ஆச்சு, நெல்லுக்கும் ஆச்சுண்ணு. அதுதான் ஏதோ சாப்பாடு போடுது இன்னையத் தேதிக்கு.' மலையப்பனின் பிரியம் நிறைந்த குரல் இப்படி ஒடுங்கி வற்றி அவமானத்துக்குள்ளாகி வறண்டுபோவதற்கு நானும் இப்படி ஒரு சாட்சி ஆகிப்போவேன் என நினைக்கவே இல்லை.

●

அதையெல்லாம் மனதில் வைத்துக் கொண்டிருந்தான் என்றால் மலையப்பன் இந்த விசேஷத்துக்கு – எங்கள் கடைக்குட்டித் தம்பி மறுவீட்டுக்கு – ஆக்கிப்போட வந்திருக்கவே மாட்டான். அந்தக் காலத்து மனுஷன் மலையப்பன் என்பதால் மனது இன்னமும் விசாலமாகவே இருந்ததில் ஆச்சரியமில்லை. அப்படிப் பார்த்தால் அப்பாவும்தான் அந்தக்காலத்து ஆள். அப்பாவிடம் நான் கூடச் சொன்னேன்:

‘அப்பா, அவனுக்கோ வயசாச்சு, அந்தக் காலத்தில் என்றால், இருட்டில நின்றால்கூட உப்பு இருக்கிற இடத்துக்குச் சொல்லி வச்ச மாதிரிக் கை தானாகப் போகும். இப்ப அப்படி எதிர் பார்க்க முடியாது. செலவோட செலவாய் ஒரு தவசுப் பிள்ளையை ஏற்பாடு பண்ணிருவோம். உள்ளூர்க்காரன் ஒருத்தன் பிழைச்சான்னு இருக்கும். மலையப்பனும் ஒரு தடவை விருந்தாளோடு விருந்தாளா நம்ம வீட்டில உட்கார்ந்து சாப்பிட்டுப் போனதாக இருக்கும். இனிமே நம்ம வீட்டில என்ன விசேஷம் வரப் போவுது?’

அப்பா அதையெல்லாம் கேட்காமல், நான்கு வரியில், வழக்கம் போல சமையலுக்கு வரச்சொல்லி ஒரு தபால் கார்டை எழுதிப்போட, கிடைத்த மறுநாளே மலையப்பன் புறப்பட்டும் வந்துவிட்டான்.

•

மலையப்பனும் மலையப்பன் பெண்ஜாதியும் வாசலில் வந்திருக்கிறதைப் பார்த்து, எங்கள் வீட்டுச் சின்னக் குழந்தைகளில் ஒன்று, ‘போ, போ ஒண்ணுமில்லை’ என்று சொல்லிக் கொண்டிருந்தது.

மலையப்பன் சிரித்தபடி, ‘இப்பதானேய்யா வந்து நிக்கோம். உங்க வீட்டுச் சாப்பாட்டை நாலு நாள் சாப்பிட்ட பிறகல்லவா போகணும்’ என்று அந்தப் பிள்ளையின் உச்சந்தலையைத் தடவிக்கொண்டே நடையேறும்போது தொடையில் ஒரு கையும், இரு பக்கத் தூணில் ஒரு கையுமாக ஊன்றிக்கொண்டு ஏறினான். பின்னாலேயே பாதுகாத்து வருவதுபோல மலையப் பனின் பெண்ஜாதி, நுனி விரல்கள் மாத்திரம் ஆதரவாக முதுகில் பட, கூடவே நின்று நின்று வந்து கொண்டிருந்தாள். மலையப்பனுக்கும் அவளுக்கும் முன்பு தெரிந்த இருபது வயது இடைவெளி இப்போது வள்ளிசாக இல்லாது போனது போல அவளுக்கும் ஒரு வயதான களை வந்திருந்தது.

‘ரெண்டு பேரும் வெயிலோட வந்திருக்கீங்க, முதல்ல கையைக் கழுவிட்டுச் சாப்பிட்டுட்டு அப்புறம் மற்ற ஜோலியைப் பாருங்க’ என்று அம்மா சொன்னாள். பசியறிந்து சாப்பாடு போடுகிற அம்மா இன்னும் மாறாதிருந்தது சந்தோஷமானது

தான். இரண்டு பேரும் சாப்பாடு சாப்பிடுகிறதைப் பார்த்த போது அந்த சந்தோஷம் நீடிக்கவில்லை. அந்த அளவுக்கு அவர்கள் பறந்து பறந்து சாப்பிட்டார்கள். மறுபடியும் மறுபடியும் குழம்பு ஊற்றச் சொல்லி, வெஞ்சனம் வைக்கச் சொல்லி, நாசியில் நீர் கோத்து வடிவதை உறிஞ்சிக்கொண்டு, சாப்பிடுவதை என் பையன் அசையாமல் பார்த்துக் கொண்டிருந்தான்.

'வாசலிலே போய் விளையாடு, போ' என்று நான் சொன்ன போது, மலையப்பன் வீட்டுக்காரி ஏறிட்டுப் பார்த்துக்கொண்டு,

'இந்தப் பயலை வா வான்னு கெஞ்சினோம், மாட்டேன் னுட்டான்' என்று அவர்களுடைய மகன் குறித்துச் சொன்னாள். அப்படிச் சொல்லும்போது அவள் சிரித்தாள் எனினும், அந்தச் சிரிப்பு அருவருப்புண்டாக்கியது. குடலையும் ஒரு திருக்குத் திருக்கியது.

முகத்தைப் பார்க்காமல் குனிந்தபோது அவர்கள் இரண்டு பேரும் சாப்பிட்ட இலைகள் கண்ணில் பட்டது. ஒரு பருக்கைகூட மிச்சமில்லை அவற்றில்.

●

இங்கிருந்த ஏழெட்டு நாளும் மலையப்பன் மீதும் அவன் குடும்பத்தின் மேலும் நாங்கள் இத்தனை காலம் கொண்டிருந்த அபிப்பிராயம் எல்லாம் சிறுகச்சிறுக அழிந்து, தடயம் இல்லாமல் போய்க் கொண்டிருந்தன.

துவையலுக்கு அரைக்க வைத்திருந்த பொரிகடலையை அள்ளி மடியில் கட்டிக்கொண்டு ஓரத்தில் போய் உட்கார்ந்து தின்பது, கருப்புக்கட்டிச் சில்லை உடைத்து கூழாங்கல்லாக சேலைநுனியில் முடிந்து அவர்கள் கொண்டுவந்த பையில் வைத்துக்கொண்டது, மறுவீட்டு விசேஷத்துக்குச் செய்த பாயாசத்தைத் தேங்காய் துருவின சிரட்டையால் கோதிக்கோதி மலையப்பன் ஊற்றிக் குடித்துக்கொண்டு தாடியில் பிசுக்கு ஒட்ட நின்றது, பந்திக்குப் போட வைத்திருந்த பலாச்சுளையை ஒரு கை அள்ளி, குத்துப்புரையில் உரலுக்குப் பின்னால் ஒளித்து வைத்திருந்தது என்று சின்னச் சின்னதாகக் காதில் விழுந்து கொண்டேயிருந்தது.

'எல்லாம் கஷ்டத்தினுடைய கூறு. சாப்பிட்டுட்டுப் போகட்டும். எத்தனை நாளா அலந்து கிடந்ததோ பாவம், வயசான சீவனுடைய வயிறு குளுந்தால் புண்ணியந்தானே நமக்கு...' அம்மா, புண்ணியத்தின் மேல் குறியாக இதைச் சொல்லிச் சமாதானம் பண்ணினாலும் எனக்கு மனது ஆறவில்லை.

அது எப்படி வெறும் சாப்பாடு, மனிதர்களை இப்படிக் குப்புறப் பிடித்துத் தள்ளிவிடுகிறது – ஜாடையே மாறி விடுகிற மாதிரி. புலியின் பாதத்தால் அறை வாங்கி முகம் கிழிந்தது போல் எல்லாம் ஆகிவிடுகிறதே ஏன்? தாத்தாவுடன் கொஞ்ச காலம் இருந்த மலையப்பன் தொலைந்த இடம் எது? என்னிடம் வைத்திருக்கிறதுபோல, இந்தக் குடும்பத்தின் அங்கத்தினர் அனைவரும் அவரவர் வசம் வைத்திருக்கிற ஈரமான ஞாபகங்கள் எல்லாம் உலர்ந்து ஆவியாகி வெடித்துப் போகும்படியான வெயில் நிறைந்ததாகிவிட்டது மலையப்பனின் வாழ்க்கை என்றுதானே அர்த்தம். ஒரு மனிதனின் அற்புதமான பிரியத்தை எல்லாம் பிழிந்து வாழ்க்கை அவனை உலர்த்து மெனில் அது எவ்வளவு பெரிய கொடுமை.

•

எல்லாவற்றையும்விடக் கூடுதலான வெங்கொடுமையாக உணர்கிற நேரம் அன்றைக்கு ராத்திரியில் வந்தது. எனக்கும் மலையப்பனுக்கும் இடையில் அப்படியொரு தருணத்தை வாழ்க்கை செருகியிருக்கவே வேண்டாம். ஆனாலும் அப்படியே ஆயிற்று...

எங்கேயோ கடைகண்ணி என்று சுற்றிவிட்டு, ஜவுளி எடுத்து முடித்து, ஊருக்குப் போவதற்கு முன் பார்க்க வேண்டிய நண்பர்களைப் பார்த்த பிறகு தாமதமாக வந்த அசதியில் நான் மாடி வராந்தாவில் படுத்துத் தூங்கி விட்டேன். வாங்கி வந்த சாமான் எல்லாம் மேஜை மேல் இருக்க, கொடியும் ஸ்டாண்டும் நிரம்பி வழிந்ததால் சட்டையைக் கழற்றி நாற்காலி மேல் போட்டு விட்டிருந்தேன்.

தூக்கம் தடைப்படும்போது ஏதோ வனாந்தரத்தின் மிச்சம் போல இருந்தது எல்லாம். கொஞ்சம் இருட்டு பிடிபடும்

போது, சரேல் என்று விசிறியதுபோல, என் மேல் ஏதோ பட்டது. கிட்டத்தட்டப் பயந்தது போல, 'யாரு' என்றேன்.

நாற்காலி தடுமாறுகிற சத்தமும், சில்லரை சிதறித் தரையில் விழுகிற சத்தமும் கேட்டன. ஆபத்தை எதிர்கொள்ளும்போது அடைகிற ஜிவ்வென்கிற உணர்வுடன் எழுந்து, லைட்டைப் பொருத்திய பொழுது–

மலையப்பன், ஒரு கிழட்டு மிருகம் போலப் பயந்து ஒடுங்கி மேஜையின் அருகில் பம்மி உட்கார்ந்திருந்தான். ஒரு கையில் எடுத்த பர்சும் இன்னொரு கையில் சட்டையுமாக மடியில் புதைத்துக்கொண்டு மலையப்பன் இருந்தான்.

தாங்கவே முடியாமல் நான் பார்த்துக் கொண்டிருந்தேன். எவ்வளவு பெரிய வீழ்ச்சி அது.

ஒன்றும் சொல்லாது நான் நகர்ந்து நகர்ந்து அருகில் செல்லச் செல்ல, இன்னும் ஒரு கிழட்டு மிருகம் போலவே எனக்குப் பட்ட மலையப்பன், வேறு எதுவுமே சொல்லாமல், உட்கார்ந்த வாக்கிலேயே கொஞ்சம் கொஞ்சமாகக் கையை உயர்த்தித் தலைக்கு மேலே கும்பிட்டுக்கொண்டே இருந்தான்.

மிக அருகில் வெடித்து உயிர்கொள்ளப் போகிற ரவையை எதிர்பார்க்கிற மிருகத்தினது கண்களைப் போலப் பளபளத்த, அனுதாபத்திற்குரிய மலையப்பனின் பார்வையைப் பார்க்கச் சகிக்காமல் நான் மறுபடியும் விளக்கை அணைத்தேன்.

கொஞ்சம் கொஞ்சமாக எழுந்து, சுவரை ஒட்டித் தேய்த்துக் கொண்டே படிகளை நோக்கி நிழலசைவாக அவன் இறங்க ஆரம்பித்ததும், நான் மறுபடி மேலே அருவமாகக் கவிகிற பாரத்துடன், படுக்கையில் சாய்ந்தேன்.

●

மச்சுப்படியிலிருந்து இறங்கின உடனேயே நேராக மலையப்பன் மாட்டுத்தொழுவத்திற்குத்தான் போயிருக்க வேண்டும்.

சொல்லமுடிந்த கதை

அரைக்குப்பியை மூன்று மடக்குகளில் முடித்திருந்தான். தடுத்து நிறுத்த முடியாத எல்லையில் எடுத்த எடுப்பில் போய் நிற்பது, இன்னும் அதிகம் அதிகம் என்று தொடர்ந்து பருகுவது, பக்கத்தில் இருப்பவன், எதிர் பெஞ்சில் இருப்பவனிடம் சகஜம்கொண்டு தீப்பெட்டி, சிகரெட் பகிர்ந்து கொள்வது, பேசுவது – இதில் எதிலும் மாறுதல் இல்லாமல் இருப்பவன்தான் குன்னம்குளம் டொமினிக்.

அவித்த கடலைச்சுண்டல் வேண்டாம் என்று ஒதுக்கிவிட்டு, தட்டையாக இருந்த கருவேப்பிலை புதைந்து கொப்புளம் வெடித்திருந்த அந்தக் காரமான தின்பண்டத்தை வைத்திருந்த தாளையே பார்த்துக் கொண்டு...

"சௌரஸ்யாவின் அந்த புகைப்படம் எவ்வளவு அருமை" என்று என்னை ஒரு நிமிடம் நோக்கியபின் தலையைத் தொங்கப் போட்டுக் கொண்டான். கையிலிருந்து சிகரெட் கனிந்து புகைந்தது.

"பாறையின் மேல் உட்கார்ந்து கடலைப் பார்த்து வாசிக்கிறது தானே. ஆமாம், அற்புதம்" என்றேன்.

டொமினிக், "முழு மூடன், ஆனால் நல்ல சிநேகிதன் நீ" என்றான். "பாறையில் வீசி வீசி அலையடிப்பது, உச்சி வெயிலில் அபத்தமாகக் கம்பளிச்சால்வை போர்த்தின

கதாநாயகன் கடலை நோக்கிப் பாடுவது, ஃபில்டர் போட்டு ரத்தச் சிவப்புச் சூரியன் காட்டி, நிழல்மாதிரி பாறைமேல் எழுந்து நின்று இரண்டு கையையும் உயரத் தூக்கி இன்னும் முக்கிப் பாடுவது. சினிமாக் கிறுக்கு உங்களிடம் தெளியவே தெளியாது. எத்தனை முகாம், எத்தனை பட்டறை நடத்தினாலும் உருப்படுகிற மார்க்கமில்லை..." டொமினிக் சிறிது விழுங்கிக் கொண்டான். பன்னீர் போன்று திரவம் மிகச் சுத்தமான தளும்பலுடன் டம்ளரில் குறைந்தது.

"சௌரஸ்யா அந்தப்புறம் பார்த்துப் படுத்துத் தூங்கிக் கொண்டிருப்பார். ஜன்னல் வழியாக வெளிச்சம் வந்து துண்டு துண்டாகச் சுவரில் சாய்ந்திருக்கும். படுக்கைக்குப் பக்கத்தில் முந்தின ராத்திரி எழுதின பேப்பர், மூக்குக் கண்ணாடி இருக்கும். புரண்டு படுக்க இடம் விட்டு, படுக்கையில் தூங்குவதற்கு முன்பு வாசித்த புல்லாங்குழல்கள் இரண்டு இருக்கும். தலைமாட்டில் ஆர்மோனியம் இருக்கும். அந்தப் படத்தைப் பார்க்கும்போது மனம் எனக்கு இசையில் நிரம்பி விட்டது. அந்த வெயிலின் அசைவும் நிழலின் நகர்வும் ஜன்னலோரம் திரையும்... அது புகைப்படமல்ல... ஓவியம்."

இதைச் சொல்லிக்கொண்டே டொமினிக் எழுந்து கவுண்டர் பக்கம் வந்து மேலும் ஒரு அரைக்குப்பி வாங்கி, "நாளைக்குச் சாயந்திரம் வரையிலான தேவைக்கு" என்று, தன் கைப்பையில் வைத்துக் கொண்டான். திருப்பிக் கொடுத்த நேற்றைய பழைய பாட்டிலுக்கான காசு கழிக்கப்பட்டுவிட்டதா என்று உறுதி செய்து கொண்டான்.

"ராஜா ஸ்டுடியோ மாடியில், நம்பி, பன்னாலால்கோஸின் இசைத்தட்டை அறிமுகம் செய்து கேட்கச் செய்த தினம் ஞாபகமிருக்கிறதா உனக்கு?"

டொமினிக்கும் நானும் கடையை விட்டு வந்து வெளியே நின்ற சமயம் முற்றிலும் இருட்டியிருந்தது.

"அன்று என்னை ஒரு இடையனாக உணர்ந்தேன். என்னைச் சுற்றிக் கால்நடைகள் இருந்தன. முக்கியமாக அடர்ந்த மரங்களின் நிழலும் வெயிலும், படுத்திருந்த கால் நடைகளின் மேல் பட்டுச் சிதறிக் கீழேயும் தெறித்தன. நம்பியை ஊன்றுகோல்களுடன் பார்க்க நேர்ந்ததன் துக்கம் தீவிரமாகிவிட்டது, பன்னாலால் கோஷைக் கேட்க கேட்க".

குன்னம்குளம் டொமினிக் அழ ஆரம்பித்தான். "எந்த சமாதானமும் வேண்டாம்" என்று என் கையை உதறினான். என்னையும் டொமினிக்கையும் பார்த்தவர்களைப் பார்க்கப் பார்க்க எனக்குக் கூச்சமும் அவமானமும் உண்டாயிற்று. இன்னும் முகாமின் மெயின்கேட் வரவேயில்லை. அதற்கப்புறம் மூன்று கிலோமீட்டர் தள்ளி இன்னொரு கேட். அதற்கும் அப்புறம்தான் விடுதி.

"வருத்தப்படாதே. இனிமேல் முந்திரிக்கொட்டைகள் பொறுக்க முடியாது. இன்றைக்கும் சேர்த்து நாளை நானும் உதவுகிறேன்" என்று டொமினிக் நெருங்கி வந்து தோளைத் தட்டிக் கொடுத்தான்.

காற்சட்டைப் பைக்குள் கைவிட்டு எடுத்தேன். நேற்றைவிட இன்று அதிக எண்ணிக்கையில் முந்திரிக் கொட்டைகள்; பால் பிசுபிசுப்பு.

"கவிதை எழுதுவதைவிட நீ முந்திரிக்கொட்டைகளை நன்றாகச் சேகரிக்கிறாய்…" குன்னம்குளம் இதைச் சொல்லிவிட்டுச் சிரித்தான்.

"முகாமில் எழுதுவதற்கென்றே ஊரில் காலிக்கோ பைண்ட் செய்து தயாராக நோட்டுப் புத்தகம் கொண்டு வருபவன் நீ. இனிமேல் சாக்குப் பைகளும் கொண்டு வருவாய். காரியம் செய்கிறீர்களோ இல்லையோ, காரியத்திற்குத் தயாராவதில் உங்களை மிஞ்ச முடியாது."

"எதன் மீதாவது அபிப்பிராயம் சொல்லேன். வாயைப் பொத்திக்கொண்டு கிடப்பது, தலையைத் தலையை ஆட்டுவது, எனக்குப் பானங்கள் தெரியாது, பெண்ணா ஐயையோ, இப்படியே சொல்லிக் கதவைச் சாத்திக்கொண்டு எழுதி, இன்னொருவனைக் கதவைச் சாத்திக்கொண்டு படிக்கச் சொல். நாசமாகப் போகட்டும் உன் கவிதை."

மௌனமான என் இடைவெளிகளின் மீது டொமினிக் சொல்லிக்கொண்டு வரவர என் மீதான அவனுடைய அக்கறையின் தீவிரம் பெருகி, இந்த இருண்ட பாதைகளுக்கு இருபுறமும் உள்ள மிக நெருங்கிய மரங்களின் மூச்சுகளில் கலந்து, கிளைகளின் அசைவில் கசிந்து, இந்தப் பிரதேசத்தின் முழுமைக்கும் எழிலூட்டிக் கொண்டிருப்பது போல் தோன்றிற்று.

கனிந்த முந்திரிப்பழங்களின் நெடி போல ஒரு அன்பும் சிநேகிதமும் பரவிக்கொண்டே வந்தது.

டொமினிக்கை இப்போது எனக்கு ரொம்பப் பிடித்திருந்தது.

●

இந்த மூன்றாவது முறையில்தான் முந்திரி மரங்களை அடையாளம் கண்டு கொள்ள முடிந்தது. மரங்களை அந்த மரங்களாகவே இனம் கண்டுகொள்ள, சென்ற இரண்டு முறைகளிலும் என்னால் இயலவில்லை. பழுத்துப் பழுத்துப் பாதையோரங்களில் முழுப் பழங்களுடன் உதிர்ந்து கிடந்ததைப் பார்த்த பிறகுதான் அது முடிந்தது. வந்த காரியத்தை விட்டுவிட்டு, முதல் தினத்திலிருந்தே முந்திரி பொறுக்கிச் சேகரித்து வருவதற்காகவே அவசரம் அவசரமாகக் காலையில் எழுந்து நடை போடுகிற மூக்கண்ட்ட பள்ளி நாகேந்திரனை நானும் டொமினிக்கும் பார்க்க நேர்ந்தது, நாங்கள் சைபீரியன் வாத்துகளைப் பார்க்கப் புறப்பட்ட அதிகாலையில்தான்.

நேர்த்தியான கட்டில் மெத்தைகள், கொசுவலைகள், சாம்பல் கிண்ணம், காணாததற்குப் படுத்துக்கொண்டு படிக்கிறமாதிரி சௌகரியத்துடன் விளக்குகள். மேஜையில் இன்னொரு விளக்கு. தண்ணீர் கூஜா. படிப்பதற்கு அங்கிருக்கிற நூலகத்திலிருந்தே விநியோகிக்கப்படுகிற அருமையான புத்தகங்கள்.

"புஸ்தகத்தை மூடிவைத்துவிட்டு வா. உடனே வா". அறைக்கு நேரே, அறையிலிருந்த நாற்காலியை (அதில் சாய்மானத்திற்குத் திண்டுகள்), வெளியே போட்டுக் கொண்டு உட்கார்ந்திருந்த டொமினிக் கூப்பிட்டான்.

"புத்தகத்தை உடைப்பில் போடு". மறுபடியும் டொமினிக் சத்தம் போட்டான். சதா குடித்துக்கொண்டிருப்பதன் நாக்கு மரப்புடன் அவன் அழைப்பு இருப்பினும், அவன் நிஜமாகவே அழைத்த காரியம், வந்த பின்பே தெரிந்தது.

வெளியே சுத்திகரிப்பு ஆலைப் புகைபோக்கியை விட்டு விலகி, ஒரு பெரிய திரைச்சீலையின் அடர்த்தியின்மேல் மிகப்பெரிய சூரியன் சுழன்று கொண்டிருந்தது. பிரதேசத்தின் அமைதி முழுவதையும் தன் சுழற்சியுடன் இணைத்துக்

கொள்ள வல்லதாக, கற்றுக்கொள்ள இயலாத இயற்கையின் அழகுடனும் வீரியத்துடனும் ஒரு சர்வ எளிமையுடன் அது செயல்பட்டுக் கொண்டிருந்தது.

"சூரியனைத் தெரிந்துகொள்வது நல்லதுதான். ஆனாலும் அங்கே பார்". டொமினிக் காட்டிய திசையில், இந்தக் கட்டடத்தை மூன்று பக்கங்களுக்கும் மேலதிகமாகச் சூழ்ந்திருக்கிற நீர்ப்பரப்பு, ஒரு கொந்தளிப்பின் உச்சத்தில் இருப்பது போல, சூரிய வெளிச்சத்தில் தூண்டுதலுற்றுப் புரள, பழுப்பு இலைகள் போல வலது பக்கம் முழுவதும் தண்ணீரில் ஏதோ நகர்ந்துகொண்டு வந்து கரையில் ஒதுங்கின. இலையுதிர் காலத்தையே பெருக்கிக் குளத்திற்குள் தள்ளிவிட்டது போல் ஜலம் முழுவதும் சருகின் படகு.

"ஒரே இடத்தில் பிரமித்து நின்றுவிடாதே. ஒன்று, பிரமிப்பு; இன்னொன்று, அசமந்தம். இரண்டையும் தாண்டு." டொமினிக் என்னைப் பார்த்துச் சொன்னதன் பிறகும் ஒன்றும் புரிய வில்லை. சூரியன், நீர்மேல் சருகுகள் என்றே நின்றேன்.

"சைபீரியன் வாத்துகள்". இதைச் சொல்லிக்கொண்டே குன்னம்குளம் டொமினிக் என்னை அந்த இரண்டாம் மாடியின் கைப்பிடிச் சுவர் ஓரம் இழுத்தான். கைப்பிடிச் சுவரோரம் நின்று பார்க்கையில், அந்த இலைகளின் வரிசைகள் ஒவ்வொன்றாகப் பிரிந்து விலகி, பழுப்பு அசைவுகளுடன் கரையில் ஏறிக்கொண்டு இருப்பது தெரிந்தன. கரைக்கு வந்ததும் நடையில், சிறகுகளை கோதிக்கொள்வதில், கூட்டம் சேர்ந்த நகர்வில் எல்லாம் வாத்துகளின் அடையாளம் சட்டென்று வந்து விட்டன.

"சைபீரியன் வாத்துகளுக்கு நாளை நாம் குட்மார்னிங் சொல்கிறோம்" என்றான் டொமினிக்.

நாளைக்கும் கவிதை எழுத முடியாது என்று தோன்றியது. மேலும் ஒத்திபோடக் காரணம் கிடைத்ததற்கும் சந்தோஷம்கூட லேசாக மனதுக்குள்.

●

வாத்துகள் அவ்வளவு அதிகாலையிலும் இடம் பெயர்ந்து விட்டிருந்ததில் குன்னம்குளம் டொமினிக்கிற்கு ஏமாற்றம்தான்.

புலம்பிக்கொண்டே இருந்தான். அடர்ந்த காடுகளினூடே சென்று சரிவில் இறங்கிக் குளக்கரையை அடைந்தபோது, உதிர்ந்த இறகுகளும், பறவை எச்சத்தின் வாடையும், கால் பதிவுகளின் பின்னல்களுமாக இருக்க, டொமினிக், 'என்ன வாசனை' என்று மூச்சு நிறைத்துச் சுவாசித்தான். "மேய்ச் சலுக்குப் போய்விட்டு வருகிற மாடுகளையும் புழுதியையும் சேர்த்து நீ சுவாசித்திருக்கிறாயா" என்றான். மறுபடியும் அந்த சைபீரியன் வாத்துகள் தன்னிடம் சொல்லிக்கொள்ளாமல் இடம் பெயர்ந்து விட்டதற்கு வருத்தப்பட்டான். "இதைப் பார்த்த கையோடு என் மகளுக்கு எழுதவேண்டும் என்று நினைத்தேன்" என்றான். மறுபடியும் மேட்டில் ஏறி, மரங்களின் ஆள் நடமாட்டமற்ற பயம்தரும் வரிசைகளைத் தாண்டி, வந்தபோதுதான் நான் முந்திரி மரங்களைப் பார்த்தேன்.

சாலை விளிம்பில் இருந்த மரங்கள் அனைத்தும் முந்திரி மரங்களே. நான் பழங்களைப் பொறுக்கிக் கொட்டைகளை மாத்திரம் சேகரித்துக்கொண்டு வீச ஆரம்பித்தேன். ஊரில் வேப்பங்கொட்டைகளைச் சிரட்டையில் பொறுக்கின ஞாபகங்கள் புதுப்பிக்கப்பட்டு, ஒருவரால் காணப்படாததை அவர் எதிரிலேயே இன்னொருவர் கண்டு சேகரிக்கிறதில் ஏற்படுகிற உற்சாகத்துடன் டொமினிக்கும் நானும் குனிந்து குனிந்து சேகரிக்க ஆரம்பித்தோம்.

●

"இந்த மரம் என் மனைவியைப் போல ரொம்பவும் சோனி. ஆனால் குழந்தைகள் பெறத் தயங்காதது" – டொமினிக் எதிர்த்த வரிசையில் நின்ற ஒரு முந்திரிமரத்தின் கீழ் உதிர்ந்திருந்த ஏராளமான பழங்களைப் பொறுக்கியபடி சொன்னான். ஏனைய மரங்களைப் போல சிவப்பும் மஞ்சளுமாக அல்லாமல், முழுக்க மஞ்சளாக இருந்த அந்தப் பழங்கள் சிறியதெனினும் கொட்டைகளின் திரட்சிக்குக் குறைவில்லை.

"இந்த மரம் என் மனைவியேதான்". டொமினிக் பேசிக் கொண்டே இருந்தவன், காலை ஷிப்டிற்குப் போகிற இரண்டு பெண்களின் கவனம் திருப்பி, அவர்களிடம் அந்த மரம், மெலிந்தும் வலுவான குழந்தைகளைப் பெற்றவளுமான தன் மனைவியைப்போல இருக்கிறதென்று சொன்னான்.

வெற்றிலைச்சாறு கசிய நனைந்து இருந்தன அவர்களின் உதடுகள். நடந்து நடந்து தேய்ந்திருந்தன மிதியடிகள். "உன்னுடைய மனைவிக்குப் பிரசவம் பார்க்க இப்போது நேரமில்லை" என்று சிரித்துச் சொல்லிக்கொண்டே அவர்கள் போனார்கள்.

"குன்னம்குளம், நீ ஏன் கலாட்டா செய்கிறாய். வேலைக்குப் போகிற யார் உன்னுடன் கதை பேசுவார்கள்". நான் டொமினிக்கிடம் கேட்டேன்.

"நிழலில் குறட்டைவிட்டுத் தூங்குபவர்களுக்குப் போய்க் கவிதை வாசிக்கத்தான் நீ இருக்கிறாயே" என்று டொமினிக் சிரித்தான். தொடர்ந்த குடியினால் கண்கள் கனத்தும் மினு மினுத்துமிருந்தது முகம். கைகளில் நாலைந்து முந்திரிப் பழங்கள். பாதிக்குப் பாதி நரைத்த சிகையும், அக்கறையற்றுத் தேர்ந்தெடுக்கப்பட்டிருக்கிற சட்டையும், அவிழ்ந்து அவிழ்ந்து மீண்டும் கட்டப்படுகிற கைலியும் சிகரெட்டுமாக அவனைப் பார்க்கும்போது, கேலிச் சித்திரக்காரனாகவும் எழுத்தாளனுமாக மிகப்பிரபலமாக ஒன்பது வருடங்களுக்கு முன்பிருந்த குன்னம் குளம் டொமினிக் அவன்தானா என்று பரிதாபம் ஏற்பட்டது. உடம்பு மிகவும் சிதிலமாகி, அவனுடைய அத்யந்த வாசகன் ஒருவனின் பராமரிப்பில் மனச்சிகிச்சைக்குள்ளாகி, குடிப்பதைக் கூட முற்றிலும் விட்டு விட்டதாகச் சொல்லப்பட்ட டொமினிக், தன்னுடைய அதிரடி விமர்சனத்தாலும் போதையினாலும் ஒவ்வொருத்தராலும் ஒதுக்கப்படுவதை இரண்டாவது தடவையாக நானே உணர்ந்திருக்கிறேன்.

மிகத் தற்செயலாக அவன் வந்து இறங்கிய ஆட்டோ ரிக்ஷாவும் நான் வந்த டாக்ஸியும் ஒரே நேரத்தில் இந்த முகாமுக்குரிய கட்டடத்தில் நுழைந்து நிற்க, வரவேற்பில் இருந்த பெண், இந்தப் பட்டறைகளின் விதிகளின்படி, வெவ்வேறு பிரதேசங்களைச் சேர்ந்த இரண்டு பேர்களுக்கு ஒரு அறை என்று சொல்லி எங்களை விசாரித்த பொழுது,

"உன்னுடன் நான் தங்க ஆட்சேபணை இல்லையே" என்று கேட்டான்.

"நீ என்னுடன்தான் இருக்கவேண்டும் டொமினிக்" என்று சொன்னேன்.

டொமினிக் என் கையைப் பற்றிக் கொண்டான்.

“தனிமையில் இருந்தும் கழிவிரக்கத்திலிருந்தும் என்னை காப்பாற்றிய மனுஷன் நீ” என்று சொல்லிக்கொண்டே பதிவேடுகளில் கையெழுத்துப் போட்டான்.

அவனுடைய தாளமுடியாத சாராய வாடைகளை உத்தேசித்து, “இரண்டாவது தளத்திற்குப் போய்விட முடியும் அல்லவா, திரு. டொமினிக்?” என்று அந்தப் பெண் கேட்க, “எல்லா உயரத்திற்கும், எல்லா உயரத்திற்கும் முடியும்” என்று திருப்பித் திருப்பிச் சொல்லிக்கொண்டே லக்கேஜ்களை எடுத்தான்.

●

“பட்டம் எல்லாம் வாங்கியிருக்கிறாய். உன்னுடைய கவிதைகளை நீயே ஆங்கிலத்தில் மொழி பெயர்க்கிறாய். மேலும், ஓரளவு சுரணையும் இருக்கிறது. அப்படியிருந்தும் ஏன் அறைக் குள்ளேயே கிடக்கிறாய். கலந்துரையாடல்களிலும் பின்வாங்கிக் கொள்கிறாய். உன் அபிப்பிராயம் என்ன என்று உனக்கு மட்டும் தெரிந்தால் போதுமா. எது பற்றியும் பேசாமல் நல்ல பெயர் வாங்கிக் கொள்வதில் என்ன இருக்கிறது. என் கூர்மையை என்னால் தவிர்க்க இயலாது. வெட்டு ஒன்று, துண்டு இரண்டுதான். இந்த வருடாந்திர தமாஷாவிற்காக எல்லா அபத்தங்களையும் சகித்துக்கொண்டிருக்க முடியுமா, நான்?” டொமினிக் என்னிடம் பேசிக்கொண்டும், சிகரெட் புகைத்துக்கொண்டும், நான் பொறுக்கித் தருகிற முந்திரிக் கொட்டைகளை அவனுடைய தோள்ப்பையில் இட்டுக் கொண்டும் வந்தான்.

போகிற வழியில் எல்லாம் எங்களுக்கு முன்பே யாரோ வந்து பொறுக்கிவிட்டுச் சென்றதன் அடையாளங்கள் இருந்தன. புதிய புதிய பழங்கள், அப்போதுதான் விழுந்தவை அல்லது பறிக்கப்பட்டவை; பருப்பு மாத்திரம் திருகப்பட்டுக் கிடந்தன. ஏதோ அவை முழுவதும் என் தோட்ட மரங்கள் போலவும், எனக்குரியதை வேறு யாரோ அபகரித்துக்கொண்டது போலவும் திகைப்பாக இருந்தது.

“திருட்டுப்பயல்கள், எந்தப் பாவிகளோ நமக்கு முன்னால் வந்துவிட்டுப் போயிருக்கிறார்கள்” என்று சொல்லிக் கொண்டேன்.

“முந்திரிக் குத்தகை எடுத்தவன் போலப் பேசுகிறாய்” என்று டொமினிக் சொன்னபோது, சைக்கிளில் வந்த மனிதன் டொமினிக்கிடம் நெருப்பு வாங்கிப் பீடியைப் பற்ற வைத்துக் கொண்டு, சைக்கிளைப் பாதையோரமாக வைத்து, அதில் தொங்கவிடப்பட்டிருந்த அரிவாளை மட்டும் எடுத்துக் கொண்டான். முந்திரிமரச் சரிவுகளைத் தாண்டி ஏறிக் காட்டின் உட்பக்கம் செல்லவும், குன்னம்குளம், அவனைக் கைதட்டிக் கூப்பிட்டான். “நாங்கள் வரலாமா” என்றான். மிகவும் இறுகின கருந்திரேகியாக இருந்த அந்த மனிதன் ஒன்றும் சொல்லாது சிரித்துக்கொண்டு கையசைத்தான். “ஓடி வா, ஓடி வா. யோசிக் காதே” என்று என்னைக் கூப்பிட்டுக்கொண்டே டொமினிக் மரங்களுக்கிடையில் ஓடினான்.

முந்திரிமரங்களைத் திரும்பிப் பார்த்தேன்.

என்ன இப்படி அலைகிறான் டொமினிக் என்று இருந்தது. என்றாலும் சென்றேன். நான் சென்றபொழுது, டொமினிக், வரிசையாக ரப்பர்மரங்களைக் கீறிக் கொண்டிருந்த அந்த மனிதனுடன் பேசிக்கொண்டே அவன் செல்கிற ஒவ்வொரு மரமாகச் சென்று கொண்டிருந்தான்.

எப்படியோ எல்லோரிடமும் டொமினிக் பேசிவிடுகிறான். நான் அருகில் சென்ற சமயம், ‘மழை இல்லை’ என்பதை அந்த மனிதன் சொல்வது போலிருந்தது. ஒரு குத்துச் சருகுகளைக் கீழே இருந்து அள்ளி, ஒரு அரைவட்டமாக அந்த மரங்கள் நிற்கும் எல்லையைக் காட்டின கையை மேலே உயர்த்தி, மறுபடியும் தரையைக் காட்டி அப்படிச் சொன்ன சமயம், அந்த வனத்தின் அத்தனை வறட்சியும் பற்றி எரிவது போல ஒரு மினுமினுப்பு அவன் முகத்தில் இருந்தது. ஒவ்வொரு கீறலுடன் கொப்பரையில் சொட்டுச் சொட்டாக உடனடியாகப் பால் வடிந்து கொண்டிருந்தது.

டொமினிக், அவனிடமிருந்து அரிவாளை வாங்கி அவனும் ஒரு மரத்தைக் கீறிவிட முயன்றான். திரும்பத் திரும்ப முயன்று கீறி, அதிலிருந்து பால் கசியத் துவங்கியதும் பரவசப்படுவதற்குப் பதில், மரத்தை அண்ணாந்து பார்த்துவிட்டு, ‘சித்ரவதை’ என்று முனகினான். ‘என்னால் முடியாது’ என்று கும்பிட்டான். அந்த மனிதனிடம் ஒரு பீடியை வாங்கிப் பற்றவைத்துக் கொண்டே விடைபெற்ற பொழுது, ‘மழை இல்லை’ என்று

அந்த மனிதன் வானத்தைக் காட்டி மீண்டும் உதடு பிதுக்கினான்.

திரும்புகிற வழியில் தன்னந்தனியாக ஒரு அன்னாசிப் புதர் முளைத்திருந்தது.

●

யாருக்கு அனுப்புவது என்று தெரியாமலேயே அங்கொன்றும் இங்கொன்றுமாகத் திரிந்தும், வரிசையாக மிகக் கவனமாக வளர்க்கப்படும் தொட்டிகளிலிருந்தும் நான் இதுவரை பார்த்தறியாத பூவகைகளை ஒரு பாலிதீன் பையில் சேகரித்துக் கொண்டிருந்தேன். ஓர் ஓவியனின் சேர்மானத்திற்கு உட்பட முடிகிற அனைத்து வண்ணங்களிலும் விதங்களிலும் சிறியதும் பெரியதுமாகச் சுமார் இருபது வகைப் பூக்கள்.

காய்ந்த, பாடம் செய்யப்பட்டு அலங்காரத்திற்கு மேடை யேற்றப்பட்டிருக்கிற, ஆகாயம் நோக்கிய விரல்களைப் போலக் குத்திட்டு நிற்கிற மரக்காட்டின் நிழல் அந்த மிகப் பெரிய புல்வெளியில் சாய்ந்திருந்தது. அன்றைய தினத்தின் புதிய வெயிலில் இன்னும் தீர்மானிக்க முடியாத வெப்பத்திற்கு மினுமினுத்துக் கொண்டிருந்தது புல்வெளி. சீரான தோட்டக் கலைத் துல்லியத்துடன் ஒரே அளவில் பச்சை கட்டுப்படுத்தப் பட்டிருக்க தண்ணீர் பீச்சுகிற ஹோஸ் குழாய்கள் மிக நீளமாக வளைந்து கிடந்தன. அந்தக் குழாய் புல்லில் புதைந்து பெருக்குகிற தண்ணீரை ஆனந்தமாக ஒரு சாம்பல் நிறப் புறா குடித்துக் கொண்டிருந்தது. நான் கவனிக்கவில்லை. குன்னம்குளம் டொமினிக்தான் காட்டினான்.

"தண்ணீர்ப் பஞ்சத்தினாலா அந்தப் புறா இங்கு வந்தது? ஏகமாக மூன்று பக்கமும் விரிந்து கிடக்கிற ஏரி, இவைகளில் பல ஜோடிகள் குடியிருக்கிற தண்ணீர்த் தொட்டி, அதை யெல்லாம் விட்டுவிட்டு இந்த ஒரு புறாவுக்கு மட்டும் இந்த வெயிலையும் புல்லையும் ஹோஸ்பைப் நுனித் தண்ணீரையும் தேர்ந்து எடுத்துக்கொள்ளும் சுதந்திரமிருக்கிறது. பறவையின் சுதந்திரம் கேள்விகளுக்கு அப்பாற்பட்டது. நீ பூவைப் பறித்துச் சேகரித்து என்ன செய்யப் போகிறாய். இந்தப் பறவையிடம் நீ கற்றுக்கொள்ளப் பாடங்கள் உண்டு. இந்த முகாமின் நெறியாளனாக நான் இருந்தால், இந்தச் சாம்பல்

புறாவின் கழுத்தசைவுகளையும் மினுக்கத்தையும் நிற ஜொலிப்பையும் மட்டும் ஒரு நாள் முழுதும் பார்க்கச் சொல்வேன். எழுதுகிறவன் யாருக்கும் பார்க்கத் தெரியவில்லை. பூக்களைத் தூரப் போடு. பூக்களைச் செடியில் விடு. எந்தக் காமினியைச் சீராட்டவென்று நீ பூத்தொடுத்துக் கொண்டிருக் கிறாய்? உன் கவிதையும் அதைத்தானே செய்கிறது. விலகி வா. அந்தப் பறவையிடம் போ.”

குன்னம்குளம் டொமினிக் இதைச் சொல்லிக் கொண் டிருக்கும்போதே, அந்தப் புறா பேரானந்தத்துடன் பறந்தது. சூரியனின் சாய்ந்த கிரணங்களின் சாட்சியில் கலகலவென்று புல்லில் தண்ணீர் மட்டும் பெருகிக் கொண்டே இருந்தது. எனக்கு அருகிருந்த பூச்செடிகளுக்கிடையில் இதுவரை தெரியாதிருந்த சிலந்தி வலை மிகத் துல்லியமாக வெயில் விளிம்புடன் விம்மியது.

டொமினிக் புல்லிலேயே மல்லாந்து படுத்திருந்தான். ஒரு காலின் தாங்கலில் மடங்கியிருந்த இன்னொரு கால் பாதம் மட்டும் ஆடிக் கொண்டிருந்தது. இந்த இடத்திலிருந்து பார்க்கும்போது, அந்தப் பாதம் ஒரு கால் பந்தைப் போல சூரியனை உதைத்து எறிய உயர்ந்திருந்தது.

●

சம்பிரதாயங்களுக்கு நம்மிடம் குறைவேது. அதுவும் வெள்ளைக்காரன் தன் சீதோஷ்ணத்திற்குத் தயாரித்த நிகழ்ச்சி நிரலில் நுழைந்து வெளிவர நாம் படுகிற பிரயத்தனங்களின் கேலிக்கூத்துக்கு அளவே இல்லை.

இந்த தேசத்தின் நீண்ட பாரம்பரியம் பற்றியும் வேர்கள் பற்றியும், கலாசாரப் பரிவர்த்தனை பற்றியும், இன – மதக்கல வரங்களும் வன்முறையும் மிதமிஞ்சுகிற இந்த நாள்களில் ஆன்மீக, தார்மீகப் புனரமைப்புகளில் இந்த தேசத்தின் கலைஞர்களுக்குரிய பங்களிப்பு பற்றி, மிகச் சரியான இடங்களில் சமஸ்கிருத ஸ்லோகம், கன்னடப் புரட்சிக்கவி, அஸ்ஸாமிய நாட்டுப்பாடல் உதாரணங்களுடன் பேசிவிட்டு உதவி மந்திரி சென்றபின், முகாமின் இறுதிக் கட்டம் எப்போதும் போல் மிகச் சுகமாகத் துவங்கி, பரிசளிப்புகளின்

தேர்வு மீதான ஞானமும் ஞானமின்மைக்கும் போய், பரிசு வாங்கத் தரமற்றது என்று உணர்ந்த படைப்புகளின் ஆசிரியர்களைக் கிழித்து உலர்த்துவதில் இறங்கி, அப்புறம் கட்சிக்கு நான்காக ஒரே இரைச்சல்.

குன்னம்குளம் டொமினிக் இது போன்று கூட்டத்திற்குக் கூட்டம் சண்டைபோட்டுப் பெயர் வாங்கியவன்தான். 'டொமினிக் வருகிறானா, எதற்கு வம்பு?' என்று கூட்டத்திலிருந்து விலகியவர்களும், அவனுடன் வரிசை போட்டுச் சிலம்பாடி வென்று கூட்டத்தின் கடைசிக் கைதட்டலைத் தன்னுடைய ஜிப்பாப் பைகளில் அள்ளிக் கொண்டு வந்துவிட வேண்டும் என்பதற்காகவே புஜங்களின் மேல் துணியைச் சுருட்டிவிட்டு வந்தவர்களும் உண்டு.

டொமினிக் இன்று மிகவும் விலகி இருந்தான். இத்தனை நாள்களும் இவனிடம் பேசாமல் இருந்து, தயங்கிப் புன்னகைத்து அப்புறம் சென்று கொண்டிருந்த நாவலாசிரியை, கடைசி தினம் என்ற சலுகையில் ஒரு மரியாதையான தூரத்தில் நாற்காலியிட்டுப் பேசிவிட்டு, அவளுடைய சமீபத்துப் புத்தகத்தின் பிரதியில் ஒன்று கொடுத்துவிட்டு, "கடைசியாக என்ன எழுதியிருக்கிறீர்கள்" என்று கேட்டாள். டொமினிக், தன் உடுப்பின் வெவ்வேறு பைகளில் தேடி, இரண்டாக மடிக்கப்பட்டிருந்த தபால் கார்டு ஒன்றை எடுத்தான்.

"என் பொன்னு மகளுக்கு நான் எழுதிய கார்டுதான் நான் எழுதிய கடைசி விஷயம்" என்றான்.

"நீண்ட பிரயாணத்தில் நான் சாப்பிட முயற்சி எடுக்க மாட்டேன் என்பதற்காக, என் மகள் எனக்குப் பொட்டலத்தில் ஓடிஓடி உணவு கட்டிக் கொடுத்தாள். அதுவும் பக்கத்துக் கடையில் கடனுக்கு வாங்கப்பட்டதே. நான் கண்டிப்பாகச் சாப்பிட வேண்டும்' தூரப்போட்டுவிடக்கூடாது என்று வற்புறுத்தி அனுப்பினாள். குடிப்பதற்கான தண்ணீரைக்கூடப் பாட்டிலில் அடைத்துக் கொடுத்தாள். தன் அப்பா டொமினிக் ஒரு குடிகாரன் என்பது மற்றவர்களுக்குத் தெரியக்கூடாது என்பதற்காக பாட்டிலின் மீதிருந்த லேபிளைச் சுரண்டி எடுத்தாள். நகக்கண் வலிக்கச் சுரண்டினாள். நான் சாப்பிடவே இல்லை, தூரப் போடவும் இல்லை. ஆனால் சாப்பிட்டு விட்டதாக அவளுக்கு இதில் எழுதியிருக்கிறேன். இதுதான்

அவஸ்தை. இதுதான் வலி. வலியை உள்ளடக்கியதுதான் எல்லா எழுத்தும்".

குன்னம்குளம் டொமினிக்கின் நடுங்கும் விரல்களுக்கிடையில் அந்த மடிந்த கார்டு நீண்டிருந்தது.

•

எந்தெந்த ரயில்களில் பதிவு செய்யப்பட்டிருக்கிறது, அது புறப்படும் நேரம் என்ன என்று ஆட்டோவின் குலுக்கல்களுக் கிடையில் டொமினிக் என்னிடம் கேட்டுக் கொண்டான்.

“நிறையப் பொழுது இருக்கிறது. ரயில்வே நிலையங்களுக்கும் பஸ்ஸ்டாண்டுகளுக்கும் அருகில் சாராயக்கடைகளை மோப்பம் பிடிப்பது மிகச் சுலபம்” என்று சிரித்தபடி சாய்ந்து கொண்டான்.

கும்மென்று பாதை முழுவதும் முந்திரியின் வாடை அடித்தது. ஆட்டோ மட்டும் விர்ரென்று உறுமிக் கொண்டிருக்க, அவரவரின் தனித்த மௌனத்தில் சற்று நேரம் அப்பிக் கொண்டிருந்தோம்.

டொமினிக், திடீரென்று டிரைவரின் முதுகில் கைவைத்து, “கொஞ்சம் நிறுத்து” என்றான்.

நின்ற இடத்தில் நிறைய முந்திரிப்பழங்கள் சிதறிக் கிடந்தன. ஒரு அறுபது வயதுக் கிழவன் கையில் துறட்டியும், தோளில் உரச் சாக்குகளில் தைத்த பெரிய பையுமாக இருந்தான். டொமினிக் பார்க்கும்போது அவன் நிற்கக்கூட இல்லை. அந்தச் சாக்குப் பையைத் தோளில் ‘ஹம்ப்’ என்ற முனகலுடன் வீசி ஏந்திக்கொண்டு, அதேசமயம் துறட்டியையும் கையில் எடுத்துக்கொண்டு நிமிர்கிற வினாடியே பார்த்தான். முழுவதும் நிமிராது, ஒரு கை தரைநோக்கி இயங்கிய அந்த நிலை, ஏதோ ஒரு வயதான மிருகம் இரை தேடுவது போல இருந்தது டொமினிக்கிற்கு.

மிகக் கவனமாகப் பறிக்கப்பட்ட முந்திரிப்பழங்கள் சிதறிக் கிடந்தன. எல்லாவற்றிலும் கொட்டை திருகப் பட்டிருந்தன. உதிர்ந்திருந்த இலைகளின் சொற்பத்தில் பறிப்பின் நேர்த்தியும் பழக்கமும் இருந்தது. அநாவசியமாக ஒரு பிஞ்சு இல்லை. பயமில்லாமல், மிரட்சி இல்லாமல், கடந்து செல்லும்

எத்தனையோ வாகனங்களுள் ஒன்றாக இதையும் காணாது இருந்து, அவனின் அருகில் நின்றது என்ற காரணத்திற்காக நிமிர்ந்து பார்த்துச் சிரித்த முகத்தில் வயது, அனுபவம், கடுமையான உழைப்பு எல்லாம் நெருங்கியிருந்தன. சிரித்துக் கொண்டே போக மேலும் கண்கள் இடுங்கின.

டொமினிக் என்னிடம் கேட்டான்.

“மற்றவர் யார் என்று தெரிகிறதா?”

எனக்கு உடனே தெரிந்தது.

எனக்கு முன்னால் கிளம்பி வந்து முந்திரிகளை எடுத்துக் கொண்ட ஆள்! டொமினிக் வலிக்கிறது போலச் சிரித்தான், என்னை மிக ஆழமாகப் பக்கவாட்டில் பார்த்து.

“நீதான் அவனிடமிருந்து எடுத்திருக்கிறாய். அவனிடமிருந்து, அவன் சாப்பாட்டுத் தட்டிலிருந்து.”

இன்னும் அக்கிழவன் சிரித்திருக்க, டொமினிக்கின் முதுகுத் தட்டலில் ஆட்டோ கிளம்பியது. இடதுசரிவில் இரண்டு பேர் மீன்பிடித்துக் கொண்டிருந்தார்கள். ஒன்று, இரண்டு என எதிர் திசையில் இரண்டு யெஸ்தி வாகனங்கள் சீறின. வேகத்தடையில் நிதானிக்கும்போது, பாதுகாப்புச் சிப்பந்தி, வாகன எண்ணைக் குறித்துக்கொண்டார். ஒரு பகுதி மூடியிருந்த உயரமான இரும்பு கேட்டின் ஈட்டி முனைகளில் ஒரு கருநீலப் பூங்கொத்து உரசிக் கொண்டிருந்தது.

வண்டி இடது வளைவில் திரும்பி வேகம் எடுக்கையில், “புரிகிறது டொமினிக்” என்றேன்.

அவ்வளவுதான் சொல்ல முடிந்தது.

• ‘இந்தியா டுடே’ மார்ச் 1990

என்றைக்கும் உள்ள வெயில்

புண்ணியவான், சொன்ன இடத்தில் இறக்கிவிடப் போயாவது முகத்தைப் பார்க்க முடிந்தது. டிரைவர், அவன் பாட்டுக்குக் கிழட்டுப்பயல் சொல்லிக்கொண்டு கிடக்கிறான் என்று சர்ரென்று வண்டியை விட்டிருந்தான் என்றால், பஸ் ஸ்டாண்டிற்குப் போய், ஊரிலிருந்து திரும்பி நடப்பதற்குள் மண்ணைக் குழைத்துப் பூசின பூச்சில் கால்மாட்டிலும் பக்கவாட்டிலும் திமுதிமுவென்று புகையேறி விசிற ஆரம்பித் திருக்கும். அதுவும் இன்றைக்குக் காற்றாகவா அடிக்கிறது? பேய்ப்புயல் காற்றாக அல்லவா இருக்கிறது. தோளில் துண்டு கிடக்கமாட்டேன் என்கிறது. கழுத்தைச் சுற்றிப் போடலாம் என்றால் பாம்பு இறுக்கின மாதிரி இறுக்குகிறது.

ஏற்கெனவே கண்டம்வரை முட்டிக்கொண்டு நிற்கிறது. இதில் துண்டு முறுக்கலும் சேர்ந்துகொண்டால் கேட்க வேண்டாம்! உயிர் பிதுங்கித் திணறிப்போகும். இன்றைக்கு நேற்றா சமுத்திரக்கனி நாடாருக்கு இப்படித் திணறுகிறது. அது இருக்கும் ஒரு நாற்பது வருஷத்துக் கதை. கதை என்று அப்படியே லேசில், வாய் நோகாமல், சொல்லிவிட முடியுமா? நோகக்கூடாது என்றுதான் பார்க்கிறோம். ஆனால் எது நோகாமல் நடந்தது? நோவும், ரணமும், காற்றும், புழுதியும் பட்டுக் கொஞ்ச நாளைக்குப் பொருக்காடும். நன்றாக ஆறினது போலக் கரண் கட்டி வருகையில் மறுபடி நச்சென்று இடித்து

உயிரே போகிறது மாதிரி வலிக்கும். வலித்து வலித்தே மரத்த ஒரு கணத்தில் சொட்டென்று கருஞ்சிவப்பாய் ரத்தம் திரண்டு மெழுகுவர்த்தி வடிவாகக் கனமாகப் பிசுபிசுத்து இறங்கும். சமுத்திரக்கனியின் பௌருஷம் கொப்பளிக்கிற முடிகளில், ரத்தக்கறை வழிந்து கீழிறங்கும். மறுபடி ஆறும். ஆறினாலும் ஆறினது புண்தானே... தழும்பு, புண்ணைவிட வலி தருவதல்லவா பட்டவனுக்கு!

சமுத்திரக்கனி படாத புண்ணும் தழும்பும் அவஸ்தையுமா? தெய்வானையைக் கட்டினவன் என்ன அம்பாரி மேலேயா வந்தான்? இல்லை, சோமசுந்தரஞ் செட்டியார் கடை உருப்படி அவ்வளவையும் மொத்த விலையாகப் பேசி இவள் கழுத்தில் கொண்டு வந்து போட்டானா? அல்லது ஆளாவது கொடி மரம் மாதிரி இருந்தானா? ஒன்றுமில்லை. இவரைவிட அவனுக்கு இருந்த யோக்கியதை, தெய்வானையும் அவனும் சொக்காரன் என்பதுதான். சொக்காரனை விட்டுவிட்டு, யாராவது, பக்கத்து வீட்டில் இருந்தான் – ஒருத்தருக்கொருத்தர் ரொம்ப ஒத்தாசையாகப் பழகினான் கொண்டான் – என்பதற்காகப் பரமன்குறிச்சி அய்யாவுநாடார் பையனுக்குக் கட்டி வைக்கக் கொழும்புப்பிள்ளைக்கு என்ன பைத்தியமா?

மேலத்தெரு, கீழத்தெரு, நடுத்தெரு என்று தெருவுக்குத் தெரு ஒரு கொழும்புப் பிள்ளை இருக்கத்தான் செய்கிறார்கள். போன தலைமுறைக்கு இந்தத் தலைமுறை பாதாளத்தில் போய்த்தான் விழுந்து கொண்டிருக்கிறது. வெள்ளையடித்து எத்தனை வருஷம் ஆயிற்று என்று கணக்குத் தெரியாது. ஆனாலும் பட்டாசல் மத்தியிலும் விளக்குமாடத்திற்கு முன்னாலும் பதித்திருக்கும் பளிங்குக் கல்லுக்குப் பத்துமா அந்தக் கேள்வியும் கணக்கும்? கக்கூஸிற்குக் கொண்டுபோகிற செம்பை, எண்ணெய் ஜாடிக்குக் கீழே உள்ள பிசுக்கைச் சுரண்டித்தான் அடைத்திருக்கிறது. ஈயப்பற்று வைக்கிறதுக்கு வக்கில்லை. அதுக்காக தெய்வானையைக் கொண்டுபோய் புட்டுக் கருப்பட்டி விற்கிறமாதிரி வட்டுவட்டாகத் தூக்கி சமுத்திரக்கனியின் உள்ளங்கையில் வைத்துவிட முடியுமா?

மாரிநாடார் பாத்திரக்கடையில் வேலைக்கு நின்று கொண்டு, சந்தனம்பிள்ளைக் கடையில் பலகாரமும் மண்பானை கப் சாதமும், என்றைக்காவது காசி விலாஸில் பிரியாணியும்

சாப்பிட்டுக்கொண்டு இருக்கிற சமுத்திரக்கனியால் தெய்வானையைப் பிருதிவிராஜன் மாதிரிக் குதிரையில் வைத்தா கொண்டு போக முடியும்? அப்படியே போனாலும் அது அவனுடைய ஊரின் தேரிக்காட்டுப் பனைவிடலிக்குள் குளம்பு புதையப்புதையப் போய் நிற்கும் என்று வையுங்கள். அப்படி நிற்கிறவனுக்கு ஆரத்தியா எடுத்திருக்கப் போகிறார்கள்? அப்புறம் இன்னார் மகன் என்று சொல்லிக்கொண்டு, எந்த ஊர் மகாஜன சங்கக் கட்டடத்திலாவது, சிங்கக்குட்டி லேகியம் கடை மஞ்சப்பையும் வசூல்பணமுமாகத் தலைக்கு வைத்துப் படுக்க முடியுமா?

முடியாது என்றுதான், வீட்டை உடனடியாக காலி பண்ணிவிட்டு, முதலாளியிடம்கூடச் சொல்லாமல், பேசாமல் மதுரை வண்டியில் ஏறிப் படுத்தாயிற்று. இந்த நாற்பது வருஷத்துக்கு இடையிலும் இப்படிப் பதினோரு மணிக்குப் புறப்பட்டு காலை அஞ்சு – அஞ்சரைக்கு வந்து சேர்கிற அதே பாசஞ்சர் வண்டி இன்னும் போய்க் கொண்டுதான் இருக்கிறது. சில ரெயில் பெட்டிகளைப் பார்க்கும்போது அதே பெட்டிகள்தானோ என்றுகூடத் தோன்றுகிறது. அன்றைக்கு ராத்திரி கிள்ளிப்போட்ட வெள்ளரிப்பிஞ்சின் காம்பும், காம்பை ஒட்டின பூவும் இன்னும் எந்தக் கம்பார்ட்மெண்டிலாவது அப்படியே கிடக்கும் என்றுதான் தோன்றுகிறது. மனுஷ மனம் எதை எதையெல்லாமோ இப்படிக் கிறுக்குத்தனமாக ஞாபகம் வைத்துக் கொள்கிறது.

நெல்லியோ இளவேலங்காயோ, இதுக்கு மத்தியில் ஓர் இடத்தில் கீச்சென்று நெஞ்சைக் கவ்வுகிறது மாதிரிக் கூவியும், 'விஸஸ' என்று பெருமூச்சு விடுவதுபோல உயிரையே உசுப்பிக் கொண்டும் ரெயில் நின்றபோது பறந்த நிலக்கரிக் கங்குகள் எந்த இடம்வரை கனன்று, எந்த இடம்வரை சினந்து, எந்தச் செடிக்கடியில் மண்டின; பச்சை இருளில் போய்ப் பூத்துப் புதைந்தது என்று இப்போதும் சொல்ல முடியும் சமுத்திரக் கனிக்கு. அதெல்லாமே மறக்காதபோது தெய்வானையை மறக்க முடியுமா? மறக்கிறதாக இருந்தால் இப்படிக் காதில் விழுந்தும் விழாததுமாக, தெய்வானை என்கிற அபூர்வமான மனுஷியின் முகத்தையாவது பார்த்துவிட வேண்டும் என்று, கமிஷன்கடையில் தேனிக்காரனுக்கு ஏற்றிக்கொண்டிருந்த லோடுக்கு எவ்வளவு பெயரும் என்றுகூட நிதானிக்காமல்,

புறப்பட்டு வரத் தோணுமா? வந்தாயிற்று. பஸ் நிறுத்தி இறங்கியும் ஆயிற்று.

●

யார் இருந்தால் என்ன, போனால் என்ன? இதோ தெய்வானை என்கிற அந்தக் கொழும்புப்பிள்ளை வீட்டு இஷ்ட நாச்சியார், கடைவாயில் வாய்க்கரிசி சரிய, மூடின கண்ணுக்குள்ளும் வெளியிலும் நீலம்பாரித்து நீட்டிக் கிடக்கிறாள். வலது புறங்கையிலும் இடது புறங்கையிலும் பச்சை குத்தியிருப்பாளே அந்தப் பாதகத்தி; அதைப் பார்க் கலாமோ என்று சமுத்திரக்கனிக்கு தவித்தது. கெம்பு நிறத்தில் தோடு இன்னும் காதில் கிடக்கிறது. லேசாக மீசை வளர்ந்த மேலுதடு. சதா சிரிக்கிற முகம். சிரிக்கிற நேரத்தில் திரும்பிப் பார்க்கையில், சற்று ஒன்றரைக்கண் விழுகிற பார்வை. தாயக் கட்டம் விளையாடின சிவராத்திரியில் ஒலித்துக்கொண்டே இருந்த வெண்கலக்கட்டைகள். சோழிகளை நகர்த்தின, 'ஓரி உலகெல்லாம், உலகெல்லாம் சூரியன், சூரியன் தங்கைக்கு சுந்தரவல்லிக்கு' என்று கழச்சி பொறுக்கின, உள்ளங்கையில் பூத்த மருதாணி, தான் அணிந்திருக்கிற புதிய வெள்ளிக் கொலுசை இவன் பார்க்க வேண்டும் என்று சாகசம் நிறைந்த தருணங்களை உருவாக்கி, நடையில் உட்கார்ந்து பனங்கிழங்கு தின்பதுபோல அமர்ந்து, இவனை நோக்கி மாத்திரம் கணுக்கால் அளவு விலகின கால்.

சமுத்திரக்கனிக்கு அந்தக் காலும், அதன்மேல் பதிவாகப் படிந்திருந்த இன்னும் முறுக்குத்தளராத வெள்ளிக் கொலுசும், முன் எந்த சந்தர்ப்பங்களிலும் தராத கிளர்ச்சியை உண்டு பண்ணின. கொலுசை மட்டுமே அணிந்த ஒரு தெய்வானையின் கற்பனை, இதெல்லாம் நடந்து எத்தனையோ வருஷங்களுக்குப் பிறகும் அவனைத் துரத்திக் கொண்டுதானே இருந்தது.

இரண்டு பெருவிரலையும் புத்தம்புதுப் பாவாடை நாடாவால் இறுக்கிக் கட்டியிருக்க, கீழ்ப்பாகம் தேய்ந்த சொர சொரப்புடன் பாதம் நெட்டுக்குத்தி நின்றது. சமுத்திரக்கனியை இன்னார் என்று தெரியாமலேயே அவர் வயதையும் தோற்றத் தையும் உத்தேசித்த மரியாதையுடன், 'என்னத்துக்கு வெயில்ல நின்னுகிட்டு.. அப்படி ஒதுங்கி நிக்கலாமே' என்று சொல்லி, சிரிப்பை ஒத்தது போன்ற, ஆனால், துக்கம் உப்புக்கைத்த

ஒரு உதட்டுப்பிளவுடன், "என்றைக்கும் உள்ள வெயில்தானே.." என்று சொன்னபடியே நகர்ந்தார்.

அப்படி நகரநகர, தெய்வானை கிடத்தப்பட்டிருக்கிற அந்த வண்டியினின்று விலகின விலகலில் ஒரு சின்ன இடைவெளி கிடைக்கக்கிடைக்க, சட்டென்று அங்கு வண்டியைச் சுற்றி நின்ற மனிதர்களாலும், மூங்கில் பட்டிகளாலும், அந்த மனிதர்களின் மயான நடத்தையாலும் வெவ்வேறு அடர்ந்த பரிமாணம்கொண்டு, மரணம் ஓர் ஸ்தூலமற்ற சித்திரமாகத் தொங்கியது. துக்கத்தின் வர்ணங்கள் அடங்கிப்போய், அடங்கிய வர்ணங்களின் பின்னிருந்து பொங்கிய ஞாபகங்களின் அடுத்தடுத்து திரட்சியான இளகலில், சமுத்திரக்கனிக்கும் தெய்வானை என்கிற அந்த மனுஷிக்கும் எப்போதோ நிகழ்ந்த, இப்போதும் நிகழ்வதாகிவிட்ட ஒரு உணர்வு முதலில் இளஞ்சாம்பல் நிறமாகவும், அப்புறம் நீலமாகவும், அப்புறம் நீலம் மேலே இருந்து கரைந்து இறங்க, கீழிருந்து சுத்த வெள்ளை அலைபோல நக்கி மேலேற, சட்டென்று இரண்டும் கலந்த நுரையின் மோதலில் ஒரு சிவப்புச் சுழன்று கிறுகிறு வெனக் கோளமாக விம்மியது.

சமுத்திரக்கனிக்கு எங்கேயாவது உட்காரவிட்டால் தலை சுற்றி விழுந்துவிடுவார்போல இருந்தது. யாரும் தாங்கிப் பிடிக்கிற நிலைமை வருமுன், பிடிக்க முடியாமல் விழுந்து அடிபட்டு, யார், யார் என்று அடையாளத்திற்காக மேலே விழுந்து கொத்தி, கொத்தின கசிவில் இந்த நாற்பது வருஷம் காப்பாற்றினதெல்லாம் ரத்தத் துருவேறி உதிர்ந்துவிடலாகாது என்று பதைத்தது.

ரோட்டைத் தாண்டியிருக்கிற கல்மண்டபத்திற்குப் போக முடியாது. தடதடவென்று பம்ப்செட் தண்ணீரில் கருகருப்பாக அசைகிற பருத்திக்கட்டின்மேல் தூக்கி நிறுத்தியிருக்கிற அந்த மண்டபம் இந்த இடத்தில் இருந்தால் நன்றாக இருந்திருக்கும். மயான காரியத்திற்கென்றே வெட்டப்பட்ட கிணற்றின் அகலம் அகலமாகச் செவ்வகக் கற்கள்; கன்னாபின்னாவென்று, முறையற்றுப்போன காலத்தை உதைத்துக்கொண்டு, ஒன்றின் மேல் ஒன்று தீக்குச்சிகளாகச் சரிந்திருக்கிற, உக்கிரமான வெயிலின் அகோர வட்டங்கள் போல, உப்பு உப்பான வெள்ளை நெளிவுகளுடன் தண்ணீர் மிகப் பாசியான ஒரு குழிக்குள் அசைவற்றுத் தத்தளித்திருக்கிறது.

எஞ்சியிருப்பது ஒரேயொரு சிறு கட்டடம்தான். பஞ்சாயத்துகளுக்கான கட்டடங்களுக்கே உரிய வினோதமான காண்ட்ராக்டர் ஜாடைகொண்டு, அந்தக் கட்டடம் தன்னிறைவுத்திட்டப் புள்ளிவிவரங்களுடனிருக்க, அதன் இன்னொரு முதுகுப்பகுதி, பஸ்ஸும் லாரியும் சதா விரைகிற ரஸ்தாவைப் பார்க்கத் திறந்து கிடந்தது. சமுத்திரக்கனி அதை நெருங்கநெருங்க, இவர் வந்து கொண்டிருந்த பாதை உள் மடங்கி, குறுக்குவாட்டாக இவரையும் மயானத்தையும் நிறுத்தியது. ஒரு சின்னஞ்சிறு பூவரச மரம், ஒன்றிரண்டு பூவை மஞ்சளாகச் சிந்தியிருக்க, ஒரு பையன் அந்தக் கொப்பை வளைத்துப் பூவை மிக நெருக்கமாகப் பார்த்துக்கொண்டு, அதனிடமிருந்து அவன் மட்டுமே பகிர்ந்துகொள்ளப்போகிற ஒரு ரகசியம் உச்சரிக்கப்படக் காத்திருப்பதுபோல, ஆழ்ந்த கவனத்துடன் பீடியைப் புகைத்துக் கொண்டிருந்தான். மரத்தடியில் இரண்டு – மூன்று பெரியதும் சிறியதுமான பெயிண்ட் டப்பாக்கள்; உபயோகித்து, தூரிகையுடன் அமிழ்ந் திருக்கிற அதிகமான அளவு சிவப்பு. இன்னும் ஆயிரம் ஆயிரம் எழுத்துகளின் பிசுக்கு ஒட்டின கந்தல் மரப்பட்டி ஒன்று.

சுவரில் 'முத்தையா லாட்ஜ்' என்ற பெரிய பெரிய எழுத்துகள். திருச்செந்தூர் கடலுக்கு அந்தப்புறம் நின்றால்கூட இதை வாசித்து விடலாம் என்று தோன்றியது சமுத்திரக்கனிக்கு. அப்படியிருக்க, இந்த ரோட்டில் குறுக்கும் மறுக்குமாகப் போய்க்கொண்டிருக்கிற பஸ்ஸில் போகிறவர்கள் வாசிப்பது ரொம்பச் சுலபம். இந்த எழுத்துகளின் மேல் உட்கார்ந்த பார்வை, பஸ்ஸை விட்டு இறங்குகிறவரை அதையேதான் உச்சரித்துக்கொண்டே போய் பெட்டி படுக்கையோடு இறங்கும். அந்த அளவுக்கு அழகாகவும் அது எழுதப்பட்டிருந்தது.

'கெட்டிக்காரப்பய.... தொழில் தெரிஞ்ச மகராசன்!' என்று சமுத்திரக்கனி, தன் தலைசுற்றலுக்கு மத்தியிலும் அந்தப் பையனை சந்தோஷமாக ஏறிட்டுப் பார்த்தார். தொழில் தெரிந்தவனை அடையாளம் கண்டுகொள்வது எவ்வளவு பெரிய சந்தோஷம். பையன் இன்னும் புகைபிடித்தபடி அப்படியே நின்று கொண்டிருந்தான். பூவரசப்பூ மரத்துக்கு நிமிர்ந்திருந்தது. பனைமட்டை மாதிரி சப்பையாக மடங்கி யிருந்த இன்னொரு கையால் பிடரி மயிரை அளைந்து அளைந்து ஒதுக்கிக் கொண்டிருந்தான். அவன் பார்த்துக்

கொண்டிருப்பது மயானத்தையே என்று தோன்றியது நாடாருக்கு.

'ஐயா, வேறு என்ன எழுதியிருக்கான்' என்று பார்வையால் முனகினபடி சுவர்ப் பக்கமாகவே உட்கார்ந்து விடலாம் என்று நகர்ந்தபோது, கீழே சிகரெட் டப்பாவும் உடைந்த பழைய மதுபாட்டில் குப்பியும் கண்ணாடிச் சில்லும், கிழிந்த சீட்டுக் கட்டும் கிடந்து தடுத்தன.

'அம்மன் சன்னதிக்கு அருகில்' என்று அடுத்த வரியின் வெளிக்கோடு மாத்திரம் ஒருவித அரக்குக் கலரில் எழுதப்பட்டிருந்தது. இந்த 'அம்மன் சன்னதிக்கு' என்பதற்கும், 'அருகில்' என்பதற்கும் இடையில்தான் சமுத்திரக்கனியின் ஜீவனை மறுபடியும் தொட்டு உலுக்குகிறதான விஷயம் இருந்தது.

மிகச் சிறிய பொடி எழுத்துகளில், சமுத்திரக்கனி மிகச் சிரமப்பட்டுக் கண்களைச் சுருக்கி நிதானிக்க வேண்டிய அளவில், 'என் காதலியின் பெயர் சந்திரா' என்று ஆங்கிலத்தில் இருந்தது. இதையும் அவனேதான், இதற்குமுன் இந்த வரியை எழுதிய அதே வர்ணத்தில், அதே சிரத்தையுடன் எழுதியிருந்தான். எங்கோ இருக்கிற இந்த உள்ஒதுங்கின இடத்தில், யாரும் வாசிக்கக்கூட இரண்டாம் ஆளற்ற இடத்தில் நின்றுகொண்டு அந்தப் பையன் இப்படியாக ஆழ்ந்து கிடப்பதை அறியும்போது ஆச்சரியமாக இருந்தது. ஒவ்வொரு பக்கமும் ஒவ்வொருவரும் ஒரு பெயரின் வலியுடன் திரிகிறார்கள் என்று சமுத்திரக்கனிக்குத் தோன்றியது. இருந்தாலும் அதையேன் இப்படி வெளிப்படையாக உச்சரித்துக்கொண்டும், எழுதி எழுதித் தீர்த்துக்கொண்டும் இருக்கவேண்டும் என்று அந்தப் பையனைக் கேட்கத் தோன்றிற்று.

'நீ இப்படி எழுதியிருக்க வேண்டாம். இதை எல்லார்க்கும் தெரியும்படி சொல்லணும்னு அவசியமில்லை. எப்படி நீ எல்லார்கிட்டேயும் இதைச் சொல்லலாம்' என்றெல்லாம் கேட்கவும் சொல்லவும் விரும்பியவராக, அவனை நோக்கிக் கையைத் தூக்கியபோது, சமுத்திரக்கனிக்கு தலைக்குள் ஒரு சக்கரம் சுற்றி வெடித்தது. சிவப்பிலிருந்து நீலம் கவிழ்ந்து கொஞ்சம் கொஞ்சமாகச் சரிந்து, தன்னை யாரோ பலம்

கொண்டு உதைத்தது போல அவர் சரிந்தபோது, அவருடைய மடங்கின முழங்கைபட்டு, எல்லாவற்றிலும் பெரியதாக இருந்த சிவப்பு வர்ண டப்பா எகிறி, மறுபடியும் கவிழ்ந்து பெருகியது.

அந்தப் பையன் பீடியை எறிந்துவிட்டு ஓடிவருகையில் சமுத்திரக்கனி உச்சரித்த பெயர், அந்தச் சிவப்பு வர்ணத்தில் குத்திட்டுச் செருகியது போலத் தோன்றியது. அவருடைய தலையை அவன் எடுத்து மடியில் வைத்துக் கொண்டபோது, சிவந்த பெயிண்ட்டின் படர்வுக்குள்ளிருந்து ஒவ்வொரு புல்லாக, மிக மெதுவாக நிமிர்ந்து கொண்டிருந்தது. தரையில் படர்ந்திருந்த ஒரு தாவரத்திற்கு சிறிய இலைகளுடன் சின்னஞ்சிறு பூக்களும் இருந்தன.

● 'சிறுகதைக்களஞ்சியம்', ஜூன் 1986

சிறிது வெளிச்சம்

மேலப்பள்ளம் சித்தப்பாவைக் கடைசல் சாமான் விற்கிற கடையில் தற்செயலாகப் பார்த்தபோதுகூட ஒன்றும் பேசிக் கொள்ளவில்லை. வழக்கம்போல சித்தப்பாவும் சிரித்தார்கள், நானும் சிரித்துக்கொண்டேன். பேசுவதற்கா உலகத்தில் விஷயம் இல்லை. 'எங்கே இந்தப் பக்கம்?' என்று ஆரம்பித்தால் விடிய விடியக்கூட பேசுகிறவர்கள் இருக்கலாம். நானும் அப்படி யில்லை, சித்தப்பாவும் அப்படியில்லை. 'பேசுகிறதுக்குப் பவுன் கேட்கிறேயப்பா!' என்று யாராவது மணிக்கட்டைப் பிடித்து இழுத்துக் காலிடுக்கில் கவ்விகொண்டு சின்ன வயதில் கேட்பார்கள். அப்போதும் பேச்சுக் கிடையாது, இப்போதும் கிடையாது. வேலைக்கு மாற்றுதல் உத்தரவு போட்டால், ஊர் விட்டு ஊர்மாற்ற முடியுமே தவிர ஆளையேவா புதிதாக மாற்றி, அழித்துப் பண்ணி அனுப்பிவிட முடியும். நான் அப்படியே இருக்கிறதுபோல மேலப்பள்ளம் சித்தப்பாவும்; தொட்டில்கம்பு இரண்டை இரண்டு கலரில் உருட்டி உருட்டி பார்த்துக்கொண்டு என்னையும் பார்த்துச் சிரித்துக் கொண்டார். இரண்டு பேருமே இப்படி இருக்கிறதுதான் சரியாக இருக்கிறது.

நானாவது கண்ணைத் திருப்பி இப்போது அக்கம்பக்கம் பார்க்க ஆரம்பித்திருக்கிறேன். சித்தப்பா அதற்குக்கூட அவசியமில்லை என்று முடிவு செய்திருப்பார் போல.

எப்போதும் போலக் குனிந்துகொண்டே சிரித்தது முகம். வாயைத் திறக்காத சிரிப்பில், உதடு கிழிந்து தையல் போட்ட இடம், நகம் பதிந்ததுமாதிரி மூக்கின் நடுத்தண்டுவரை போகும். பார்வை வேறெங்கேயோ நகர்ந்துபோய் நின்று கொள்ளும். படிப்புபற்றிக் கேட்டாலும், அப்பா – அம்மா சௌக்கியம்பற்றிக் கேட்டாலும், ஊரிலே மழை தண்ணி – வெள்ளாமை எப்படி என்று கேட்டாலும், மங்களா வீட்டுத் தாத்தா மண்டையைப் போட்டுட்டா தெரியுமா என்று சொன்னாலும் சரி, முகம் நம்மைப் பார்க்காது. விளக்கைப் பார்க்கும்போது திரியைப் பார்க்கும்; திரியைப் பார்க்கும்போது தண்டைப் பார்க்கும்; தண்டைப் பார்க்கும்போது நிழலைப் பார்க்கும்; நிழலைப் பார்க்கும்போது சுடரைப் பார்க்கும். இப்படியொரு பழக்கம். இது எப்படி வந்தது என்று தெரிய வில்லை. ஒருவேளை மேலப்பள்ள ஊர்வாசியோ என்னவோ. பலாப்பழமும் செண்பகப்பூவும் சிவன்கோலும் மலையடி வாரமும் புன்னைமரமும் மூங்கில்புதரும் சத்தம்காட்டாமல் ஓடும் ஆறும் இருக்கிற ஊர்க்காரர்களுக்குப் பூராவும் இப்படித்தான் மனசு இருக்கும் என்றால் எவ்வளவு நன்றாக இருக்கும். ஆனால், அந்த ஊரில் அப்படியில்லை என்று தெரிந்தது. இந்த சித்தப்பாவுக்கு ஏது வைரியும் பகையும்? சித்தப்பாவீடு புகுந்து இரவோடு இரவாக பவுனும் ரொக்க முமாகக் கொள்ளையடித்துவிட்டுப் போய்விட்டார்கள். புலித்தோலையும் வெட்டிவேர் விசிறியையும்கூட எடுத்துப் போய்விட்டார்கள். இதைவிட வேடிக்கையான இன்னும் ஒன்று. வெண்ணெய் கடைந்து உருட்டித் தண்ணீரில் வைத் திருந்த, மாக்கல்சட்டியை உறியிலிருந்து தள்ளி உடைத்திருந் தார்கள். இதை சுந்தரத்துச் சின்னம்மை சொன்னவிதம் இன்னும் கண்ணுக்குள் நிற்கிறது.

‘புதையல் எடுத்து உறியில் மாட்டித் தொங்க விட்டிருக் கோம்னு நினைச்சாங்களோ என்னவோ? அவசரத்தோட அவசரமா அதையும் இழுத்துப் பார்த்திருக்கானுக. சட்டியோட வெண்ணெய் கீழே விழுந்து அனுமாருக்கு வீசினமாதிரி நாலு பக்கமும் தெறிச்சிருக்கு; அம்மிக்குழவியிலே ஒரு உருண்டை, எதிர்த்த சுவரில ஒரு உருண்டைன்னு. அடுப்படிக் கதவைத் திறந்துகிட்டு உள்ளே நுழையும்போது, உடைஞ்ச கல்மரவையிலே பழைய சோற்றைப் பிழிஞ்சுபோட்டது

மாதிரிக் கடுவாம்பூனை வெண்ணெயை நக்கிக்கிட்டு இருக்கு. கருப்பும் வெள்ளையுமா அது அப்படி மீசையை நக்கிக்கிட்டு நிமிர்ந்ததைப் பார்க்கணும்...!' இந்த இடத்தில் சாதாரணமான பெண்பிள்ளைகள் என்றால் என்ன செய்வார்கள். வசவு ஏதாவது சொல்வார்கள். வயிற்றெரிச்சலோடும், இதையும் விட்டு வைக்கவில்லையா என்ற ஆற்றாமையோடும் ஏதாவது வார்த்தை வந்து விழும். சுந்தரத்துச் சின்னம்மை அப்படி யில்லை. லேசாக ஒரு சிலிர்ப்புமாதிரிச் சிலிர்த்தாள். ஏற்கெனவே மூக்குத்தி மினுக்கமா, முழி மினுக்கமா என்று இருக்கிற சின்னம்மா முகம், அந்தப் பூனையின் அழகில் கிறங்கி, 'ஏ...யப்பா. என்ன லட்சணமா இருந்தது தெரியுமா?' என்று சொல்லிவிட்டுக் கழுத்துக்குக் கீழ், வளையல் சப்தித்து இறங்கக் கையை கொடுத்துப் புதைத்துவிட்டு அப்படியே சற்று நேரம் இருந்துவிட்டாள். நம்புகிறது சிரமம்தான். உலகில் நம்புகிறதுக்குச் சிரமமானவை எவ்வளவு நிகழ்கின்றன, அதுவும் எளிதாக.

மேலப்பள்ளம் போதும் என்று அப்போதுதான் புறப்பட்டு விட்டிருக்க வேண்டும். 'நம்ம பிள்ளை என்ன டாக்டருக்கா படிக்கப் போறா?' என்று சொல்லிக்கொண்டே தங்கச்சியை இந்த ஊர் ஸ்கூலில் கொண்டுவந்து சேர்த்ததைச் சொல்லுவாள். டாக்டருக்கு இல்லாவிட்டாலும் அந்தத் தங்கச்சி மேல் வகுப்புகளில் முதல் மார்க் எல்லாம் வாங்கி, பேப்பரில் படம் எல்லாம் கூடப்போட்டு வந்தது. அதனால்கூட ஞாபகம் என்றில்லை, ஏதோ ஓர் கல்யாண வீட்டிற்குப் போயிருக்கையில் சுந்தரத்துச் சின்னம்மை மகள் ஒரு சிறு இளவரசி போல வந்து நின்று, 'நீங்க கதை எல்லாம் எழுதுவீங்களோ அண்ணே. அம்மா சொல்லுவாங்க' என்று கேட்டதால்தான். சத்தியம்கூடப் பண்ணலாம். சுந்தரத்துச் சின்னம்மைக்கு நான் எழுதுகிற பத்திரிகை பெயர் என்ன என்றுகூடச் சொல்லமுடியாது. என்ன பத்திரிகையில் வருகிறது என்று கேட்டால், நானேகூட எங்கே வெட்கப்படாமல் சொல்லியிருக்கப் போகிறேன்.

இருந்தாலும் நான் எழுதுகிற விஷயம் அவர்களுக்குச் சந்தோஷமானதாகவே இருந்திருக்கிறது. சின்னம்மைக்கு மட்டுமல்ல, சித்தப்பாவுக்கும். ஆவணி முழுக்காப்புக்கு நந்தி அபிஷேகம் நடக்கிறது. கன்னங்கருப்பில் கல்லில் கால் மடக்கி நாக்குத்துருத்திய நந்தியின் முதுகு உச்சியிலிருந்து

கோமதிப்பட்டர் வைக்கிற பஞ்சாமிர்தம் நழுவிச் சரிகிறது. பால் தெறித்து நீலம் படர்ந்து இளகி, விலகிக் கோடாகி வழிந்து, அந்த வழிவின் அழகு புல்லரிக்க வைக்கிறது. எத்தனையோ நேரக் கூச்சத்துடன் கேள்வியைத் தயாரித்து வைத்திருந்ததுபோல, 'நீங்க எழுதினதை எல்லாம் புஸ்தகமாகப் போட்டிருக்கேளா? சின்னம்மை கேட்டா', என்று அந்தக் கல்மண்டபத்தின் நிசித்திரளில், ஜன வெள்ளத்தில், சாரல் அலைச்சலில் கேட்டார். அப்போதுகூட மேலப்பள்ளம் சித்தப்பா பார்வை, தூண் விளிம்பில் யாரோ வைத்துவிட்டுப் போன குங்குமத்தில் கிடந்தது. 'டாண், டாண்' என்று அதிர்கிற வெண்கல மணியின் ஆவேச அசைவுடன் அசைந்தது; கொடிமரத்தின்கீழ், கற்சதுரத்தில் தெறித்துக் கிடந்த ஒரு வெள்ளைத் தாமரைமொக்கின் இதழ் திரண்ட மடிப்பில் மடிந்திருந்தது.

நான், அந்த ஊர் அனாதை ஆசிரமத்திலிருந்து கோயிலுக்கு வந்திருந்த பெண்களின் தவிக்கும் முகங்களிடையில் தொலைந்து போயிருந்தேன். அந்த நிமிடம் அப்படித் தொலைந்துபோகச் சம்மதம் அளிப்பதாக இருந்தது.

●

சுந்தரத்துச் சின்னம்மையை எது அப்படியெல்லாம் என் கதைகளின் பின்னால் வரச் சொல்லிற்று என்று ரொம்பப் பிந்தித்தான் தெரிந்தது.

தாத்தா இறந்தபோது நாங்கள்கூட அவ்வளவு அழவில்லை. பெற்ற பிள்ளைதான் அம்மா. அவள்கூட இப்படி வீடு இடிந்து போகிறதுமாதிரி அழவில்லை. ஆச்சி கூட ரொம்ப நிதானமாக இருந்தாள். ஆனால் சுந்தரத்துச் சின்னம்மை அப்படி ஒரு அழுகை அழுதாள்; 'ஐயா... ஐயா' என்று முட்டிமுட்டிக் கால்மாட்டோடு கால்மாடாகக் கிடந்தாள்.

பட்டாசலில் இருந்து தாத்தாவை வாசலுக்குத் தூக்கி வருகையில், தாத்தாவின் மூடின கண்ணும் மீசையும் சட்டென்று மரணத்தின் இறுதி வெளிச்சத்துக்குத் தள்ளப் பட்டு, நாலுபேர் கைத்தாங்கலில் பட்டுவேட்டியும் நெற்றிக் குங்குமமும் ஆக நகர்கையில், 'என்னப் பெத்த அய்யா'

என்று சுந்தரத்துச் சின்னம்மை வெடித்த வெடிப்பில், மரப் பெஞ்சில் ஒதுங்கி உட்கார்ந்திருந்த மேலப்பள்ளம் சித்தப்பா தாங்கமுடியாமல் துண்டை வைத்து வாயைப் பொத்திக் கொண்டு பின்பக்கமாகத் தோட்டத்துக்குப் போனதை நான் பார்த்துவிட்டேன். நான் பார்த்ததை அறிந்த வெட்கத்தை உலர்த்திக்கொள்ளவோ என்னவோ, மயானத்துக்குப் போய் விட்டுத் திரும்பும்போது, பைய என் பக்கமாக வந்து, 'தாத்தா மேல் உங்க சின்னம்மைக்கு அவ்வளவு மரியாதை' என்று மெதுவாகச் சொன்னார்.

அப்படியே சித்தப்பா கையைப் பிடித்துக்கொள்ளலாம் போல இருந்தது. ஆனால் சித்தப்பா இந்தச் சிறுபிள்ளைத் தனமான நெகிழ்ச்சியையெல்லாம் தாண்டி ரொம்ப தூரம் வந்துவிட்டிருக்கிறவர் அல்லவா. கள்ளுக் கடையை, செங்கற் சூளையை, பச்சைவயலில் படர்ந்து படர்ந்து சரிகிற சாயங்கால மஞ்சளை, வெயில் ஜரிகை சுற்றி மினுங்கிக் கிடக்கிற நீரின் நெளிந்த மாலையை, கல்மண்டபத்தை, நெற்றி உலோக விளிம்பில் நட்சத்திரம் பிரகாசிக்கத் திரும்பும் டவுன் பஸ்ஸை என்று என்னைப் பார்க்க விட்டுவிட்டு அவர்பாட்டிற்கு நடந்து கொண்டிருந்தார்.

இதையொட்டின கல் எடுப்பு விசேஷம் எல்லாம் முடிந்து, தாத்தாவின் ஞாபகங்கள் திரும்பத் திரும்பத் தேயாத சிலை யெனச் செதுக்கின செதுக்கலாக முன்னின்று கொண்டிருக்க, தாத்தாவை நல்லபடியாக அனுப்பி வைத்துவிட்ட திருப்தியிலும், இன்னும் இந்த வாழ்க்கையுடனான போராட்டத்தை எதிர்கொள்ளச் சித்தமாக இருந்த ஆதிகாலத்து மனுஷியின் மனோதிடத்துடனும், ஆச்சி ஒவ்வொன்றாகத் தன்னுடைய இறந்த காலங்களை எல்லோரின் முன்னிலையிலும் வரைந்து வரைந்து காட்டிக் கொண்டிருந்தாள். ஒரு முழு வாழ்வின் சரிதையைப் பகிர்ந்துகொள்வதற்கு நம்பிக்கையானவள் என அவள் தேர்ந்தெடுத்தது யாரைத் தெரியுமா? என்னுடைய மனைவியை. கிட்டத்தட்ட ஏழுமாதச் சூலியாக வயிற்றில் பிள்ளையுடன் நகர்ந்துகொண்டிருந்த இவளுடைய முகத்தில் துக்கத்தினின்று எல்லோரையும் விடுவிக்கக்கூடியதான ஒரு பொலிவை என்னைப் போலவே ஆச்சியும் உணர்ந்திருக்க வேண்டும்.

இந்தப் பேச்சுக்கிடையில்தான், 'அன்றைக்குத் தாத்தாவைத் தூக்கிக்கொண்டு போகும்போது ஏன் அப்படிச் சுந்தரத்து அத்தை – எனக்குச் சின்னம்மை என்றால் இவளுக்கு அத்தை தானே – ஓ, ராமான்னு அழுதாங்க?' என்று கேட்டிருக்கிறாள்.

தற்செயலாக மின்சாரம் தடைப்பட்டிருந்து, ஹரிக்கேன் லைட் வெளிச்சத்தில் படுத்துக்கிடந்த ஆச்சி, இதற்கான பதிலைச் சொல்வதற்காக எழுந்து உட்கார்ந்திருக்கிறாள். சொல்லுமுன், ஆச்சி, சிமினி லைட் வெளிச்சத்தை இன்னும் குறைத்துக் கொண்டாளாம். சிறிது வெளிச்சத்தில், கூச்சமின்றி உண்மைகள் நடமாடத் தோதுவாக இருக்குமென்று அவள் நினைத்திருக்கலாம். ஒரு கட்டுப்பாட்டுக்குக் கீழ் தன்னைக் கொண்டுவருவதற்கான விஷயமாகக்கூட ஆச்சி அவ்விதம் விளக்கு வெளிச்சத்தை மட்டுப்படுத்தியிருக்கலாம். எது எப்படியானால் என்ன?

சுந்தரத்துச் சின்னம்மை கல்யாணம் ஆவதற்கு முன்பே ஒரு குழந்தை உண்டானதையும், அந்தக் குழந்தையைக் கலைத்து தாழம்புதருக்குள் – தாழைமூட்டுக்குள் என்று சொன்ன நினைவு – புதைத்து வைத்ததையும், 'வெட்டிப் பொங்கல் இட்ருவேன்' என்று பெரிய தாத்தா அரிவாளைத் தூக்கியதையும், செத்துப்போன எங்களுடைய இந்தத் தாத்தா இடையில் விழுந்து தடுத்து, மயங்கிக் கிடந்த சுந்தரத்துச் சின்னம்மையையும், மருத்துவம் பார்க்க ஒரு குடிமகளையும் வில்வண்டியில் ஏறச்சொல்லி, ராத்திரியோடு ராத்திரியாக மூன்றாம் பேருக்குத் தெரியாமல் இங்கே இட்டுக் கொண்டு வைத்திருந்ததையும், 'தையல் படிக்கிறதுக்கு வந்திருக்கா, கம்பிளி நூல் பின்னப் போகிறா' என்றும் ஆளுக்குத் தக்கபடி எல்லாம் சொல்லிச் சமாளித்து, இந்த மாப்பிள்ளையையும் பார்த்துக் கட்டிவைத்து தலைப்பொங்கல் படிவரைக்கும் தானே செய்துவிட்டு வந்ததையும் ஆச்சி சொல்லி இருக்கிறாள்.

இந்த விஷயத்தை எவ்வளவு இயல்பாகச் சொல்ல முடியுமோ அவ்வளவு இயல்பாக ஆச்சி சொன்னதுகூட ஆச்சரியமில்லை. அந்தக்காலத்து அனுபவம், அந்தக் காலத்துப் பெருந்தன்மை, அதற்குச் சரியாக இருந்திருக்கும். இந்த விஷயத்தை என்னுடைய வீட்டுக்காரியும் அதே அளவு இயல்புடனும் மரியாதைக்குப் பழுதில்லாமலும் ஏற்றுக்

கொண்டது எப்படி என்று விளங்கவில்லை. இதை முதல் தடவையாக அன்றைக்கு ராத்திரியே ஜன்னல்கம்பி வழியாக நிலா வெளிச்சம், மடியில் படுத்திருக்கிற அவளுடைய முகத்தில் பட்டையாக விழுந்து இறங்கித் தரையில் சரிந்திருக்கச் சொன்னபோதுகூட, சுந்தரத்துச் சின்னம்மை பற்றிச் சிறிதளவும் அருவருப்பில்லை. மற்றச் சமயங்களிலோ அல்லது தெருவில், ஊரில் இதுபோன்று யாரும் யாருடனோ கொண்டுள்ள பழக்கம் பற்றிப் பேச்சுவரும்போதோ, 'சீய்...' என்று ஓங்கரிக் கிறவள்தான்.. அதையெல்லாம் தாண்டின ஒரு பிரதேசத்தில் கொண்டு போய் நிறுத்திவிடும்படி சுந்தரத்துச் சின்னம் மையிடம் ஏதோ இருந்தது.

சுந்தரத்துச் சின்னம்மை பேரும் என் பேரும் ஒன்று என்பது ஒரு தற்செயல் என்றாலும்கூட, ஒருவரை ஒருவர்க்குப் பிடித்துப்போக இதுவும் ஒரு காரணமாகவே படுகிறது. எவ்வளவோ அற்பமான காரணங்கள் எல்லாம் வலுவான விஷயங்களை உலகத்தில் ஸ்தாபித்துவிடுவது என்பது எப்போதும் இருந்துவருகிற ஒன்றுதானே.

●

இந்த ஊருக்கு வந்தபிறகு, இந்தக் கடைசல் சாமான் கடையில் பார்த்தது தவிர, முன்பே ஒருமுறை சித்தப்பாவைப் பார்க்க நேர்ந்தபோது, சித்தப்பா கண்டிப்பாக வீட்டுக்கு வரச் சொன்னார். சின்னம்மையைப்பற்றி, அந்த நன்றாகப் படித்த கெட்டிக்காரத் தங்கச்சிபற்றிக் கேட்டபொழுது, "தங்கச்சிக்குக் கல்யாணம் ஆகிவிட்டதுல்லா, புள்ளை உண்டாகிப் பேறுகாலத்துக்கு வந்திருக்கா. பிள்ளைகளைக் கூட்டிக்கிட்டு எல்லாரும் ஒரு ஞாயிற்றுக்கிழமை வாங்க. 'கதை எல்லாம் எழுதுகிற மகன் இந்த ஊருக்கு மாற்றல் ஆகி வந்திருக்கான்' என்று உங்க சின்னம்மை பக்கத்து வீட்டுக் காரங்ககிட்டே எல்லாம் சொல்லிக்கிட்டு இருக்கா..." சித்தப்பா இதைச் சொல்லும்போது ஒருவிதமான வெட்கத்துடன் சிரித்துக் கீழே பார்த்தார். வெட்கப்பட்டுக்கொண்டும் கீழே பார்த்துக்கொண்டும் சிரிப்பது ஆண்களுக்குக்கூட அழகாக இருக்கும் என்பது சித்தப்பாவின் இந்த முகத்தைப் பார்த்தால் தெரிகிறது.

கண்டிப்பாக வருகிறோம் என்று சொல்லிவிட்டோமே தவிர, இங்கனைக்கு இங்கே இருக்கிற சின்னம்மை வீட்டுக்குப் போகாமல் ரெண்டு - மூணு மாதமாவது கழிந்துவிட்டது. விட்டுக்குப் போகாமலேயே சின்னம்மையைப் பார்த்தது கடைசியில் எங்கே தெரியுமா? ஆஸ்பத்திரியில். வேறு ஒரு காரியமாக, இந்த ஊரில் எந்த லேடி டாக்டர் கெட்டிக்காரி என்று விசாரித்துப் படியேறி ஜேஜே என்று கிடக்கிற வராந்தாவை மிதித்து நுழைந்தால், தூரத்தில் கடைசி அறைப் பக்கம் மேலப்பள்ளம் சித்தப்பா நிற்கிறார்கள். நாங்கள் தகவல் தெரிந்து, அவர்களைப் பார்க்கத்தான் தேடுவதாக நினைத்துக்கொண்டு, "வாங்க இந்த ரூம்தான்" என்று எங்கள் பக்கம் வந்து நின்று, "நேற்று ராத்திரிதான் டெலிவரி ஆச்சு. பேரன் பிறந்திருக்கான்." மேலப்பள்ளம் சித்தப்பா இப்போது என் முகத்தைப் பார்த்துப் பேச ஆசைப்படுவது போல இருந்தது. ஒரு சாய்ந்த கதவின் பின்பக்கம் இருந்த கட்டிலில் பிள்ளையைப் பெற்றவள் படுத்திருக்க, தொட்டிலில் குழந்தையை இடவோ, அல்லது அதிலிருந்து எடுக்கவோ ஆன நிலையில் குனிந்திருந்த சுந்தரத்துச் சின்னம்மை எங்களைப் பார்த்ததும் அற்புதமாகத் திரும்பினாள்.

மூக்குத்தி அப்படியே சிலிர்த்துத் துடிக்க, சுந்தரத்துச் சின்னம்மை முகம் வயதால் சற்றே கனிந்திருந்தது. அதே கோணல் வகிடு, மேலும் சற்றுச் சுருண்ட நரைகள்.

"ஐயா... வா" என்று கண்ணெல்லாம் சிரிக்கச் சொல்லி, 'நீயும் வாம்மா' என்று இவளையும் பார்த்து வரவேற்பது போலத் தலையசைத்தாள். கிளாஸ்கோ மல் சட்டைக்குள் உள்ளங்கை, உள்ளங்கால் எல்லாம் சிவக்க, கீற்றுக்கண் இடுங்கத் தூங்கிய குழந்தையைத் தன்னுடைய நெஞ்சோடு வெது வெதுப்பாக அணைத்தபடி, நெஞ்சிலும் வயிற்றிலும் மூக்குநுனி புரளப்புரளக் கொஞ்சிக் கொண்டிருந்த சுந்தரத்துச் சின்னம்மை, ஏதோ அந்தக் குழந்தை நேற்றுப் பிறந்து, இன்றைக்கு எல்லோரையும் தெரிந்துகொண்டது போல-

"யாரு வந்திருக்கா, பார்த்தியா. கதை எழுதுகிற மாமா வந்திருக்கா, தெரியுமா. என் கதையை எழுதச் சொல்லவா, உன் கதையை எழுதச் சொல்லவா" என்று கேட்டுக்கொண்டே மேலும் முத்தினாள். மூக்குத்தி மினுங்கியதா, கண்கலங்கி

மினுங்கியதா என்று புரியாத அளவு வேகத்துடன் என்னைப் பார்த்துவிட்டுத் திரும்பின சுந்தரத்துச் சின்னம்மை மேலும் குழந்தையைத் தன்னுடன் அணைத்துக் கொண்டாள்.

எதை எழுத வேண்டும் என்கிறதுபோல, எதை எழுதக் கூடாது என்கிறதும் எனக்குத் தெரியாதா சின்னம்மா? எனக்கும் கொஞ்சம் புரிந்து எழுதுகிற வயதாகிவிட்டதில்லையா இப்போது.

● 'தீபம்' நவம்பர் 1985

கிளைகள் இலைகள்

இந்தமாதிரி சமயத்தில் சாப்பிடவா ஓடுகிறது!

என்றாலும் பொன்னுச்சித்தப்பா ‘ஏ’ என்று கூப்பிட்டுக் கொண்டு வரும்போது நான் தட்டு முன்னால்தான் உட்கார்ந் திருந்தேன். வந்த அவசரத்தைப் பார்த்தால் சின்ன மாமா கதை முடிந்துவிட்டது என்றுதான் தோன்றிவிட்டது. அவசர மாகவும் பதற்றமில்லாமலும், இரண்டும் சேர்ந்த ஒரு நிதானமும் கவலையுமான சிதறாத முகத்துடன் பொன்னுச் சித்தப்பாவுக்குத்தான் நடமாட இயலும்.

“ஒண்ணுமில்லை. சாப்பிட்டு முடிச்சிட்டு மேலத்தெருவுக்கு உடனே புறப்படு. ராத்திரி தாண்டாதுபோல் தெரியுது. உன் பேரைச் சொல்லித்தான், ‘அவன் எங்கே எங்கே?’ என்று அடிக்கொருக்க புலப்பமா இருக்கு, நீ வந்து பக்கத்திலேயே இரு.’’ பொன்னுச்சித்தப்பா அந்த மருந்துக் கம்பெனிக் காலண்டரை ஒவ்வொரு படமாகத் திருப்பிப் பார்த்துக் கொண்டே சொன்னார். முகத்தைப் பார்த்துச் சொன்னால்கூட அவ்வளவு அழுகை வந்திருக்காது எனக்கு.

சட்டென்று என்னைப் பார்த்துவிட்டு,

‘‘புள்ளைகளுக்கு ஏதாவது மாவு டின் கொண்டு போகணும்னா கொடு. கொண்டுட்டுப் போயிருதேன்’’. பொன்னுச்சித்தப்பா பேசிக்கொண்டே ‘விடி – லைட்’

பொத்தானைப் போட, அது ஒருவிதமான அசட்டுச் சிவப்பில் அணைந்து அணைந்து எரிந்தது. “சட்டையைப் போட்டுகிட்டு புறப்படுதியா அப்போ. உன்னைக் கையோடு கூட்டிக்கிட்டு போகத்தான் முக்கியமா வந்தேன்'' என்று தையல்மிஷின் பக்கத்து ஸ்டூலில் அமர்ந்தார். பாதித் தையல் ஓடினதுமாதிரி முந்தி அடிக்கிறதற்கு ஆரம்பித்திருந்த சொர்ணம்மாவின் சேலை புதியதாகப் படர்ந்திருந்தது. சாயந்திரம் தகவல் வந்த சமயத்திலேயே சின்ன மாமா ரொம்ப மோசமாக இருப்பதாகத் தகவல் சொல்லப்போய் எல்லோரும் அப்படியே போட்டது போட்டபடிக்குப் போனோம். நான்கு தெருத் தள்ளித்தானே இருக்கிறோம் என்று நான் இங்கு வந்து ஒரு மணி நேரம்கூட இருக்காது.

வந்த நேரத்திலிருந்து இங்கும் சின்ன மாமா ஞாபகம் தான். ஐம்பத்தைந்து வயது ஒரு வயதா இந்தக் காலத்தில்? ஆனால் இதில் எல்லாம் போய் கேள்வி கேட்கிறபடிக்கா இருக்கிறது, எப்போதும். இதே சின்ன மாமா வீட்டு அத்தை எட்டுப் பிள்ளைகளை ஆழாக்கும் மாகாணியுமாக விட்டு விட்டுச் சாகும்போது அவளுக்கு முப்பத்தொன்பது வயதுகூட இருக்காது. மனுஷி என்றால் மனுஷியா அவள்? என்ன பிரியம்! என்ன வாஞ்சை! என்ன வெகுளித்தனம்!

புத்தகம் படிக்கப்படிக்க எத்தனைபேர் அவளைப் போலக் கட்டற்று இருந்திருப்பார்கள். எங்கேயோ இருக்கிற சரத்சந் திரருடனும் காண்டேகருடனும் மாத்திரத்தோடேயா அத்தை நின்றாள். ஒரு உன்னதமான நாவலின் அத்தியாயத்தைக் கைக்கு வந்த வாக்கில், இடையில் கிழித்து எடுத்துப் பட்டாசலில் வாழ்ந்து காட்டியதுமாதிரி எப்படி இருந்துவிட்டுப் போய்ச் சேர்ந்தாள்.

அந்தச் சினிமாக் கொட்டகை வேலையும் போய்ச் சின்ன மாமா ஒரு பத்திரிகை ஆபீஸில் வேலை பார்த்த சொற்ப வருடங்களில்தான் அத்தையும் மூத்த இரண்டு குழந்தைகளும் ஒரே வாசலில் இருந்தோம். லைப்ரரிக்குப் போய்ப் புத்தகம் எடுத்துக் கொடுப்பதைத் தவிர எனக்கு என்ன வேலை? அந்தப் பதினாலு வயதில் எனக்கும் சின்ன அத்தைக்கும் இருந்த பொதுவான உலகம் எது என்று எப்போதுமே சொல்ல முடிந்ததில்லை. சொல்லத் தீர்மானிக்கவும் முடியாதபடி எத்தனை விஷயங்கள் உலகத்தில்.

ஒரு தடவை சின்ன அத்தை வழக்கம்போல வேலை எல்லாம் முடித்துவிட்டுப் புத்தகத்தை கையில் எடுத்து வைத்துவிட்டு உட்கார்ந்துவிட்டாள். நான் தொட்டிலை இழுத்துவிட்டுக்கொண்டே என்னத்தையோ பேசிக் கொண் டிருந்தேன். சின்னமாமா திடீரென்று ஊரிலிருந்து வந்து, ‘என்ன... அ... அத்தையும் மருமகனும் ரகசியம் பேசிக் கிட்டிருக்கீங்க’ என்று எட்டிப் பார்த்தார். சின்ன மாமா முகம் சந்தோஷமாக இருக்கும்போது அவ்வளவு அற்புதமாக இருக்கும். அத்தையும் அதற்கு இம்மிகூடக் குறையாத முகத்துடன், ‘அதெல்லாம் உங்ககிட்டே சொல்லிட்டு இருக்க முடியுமா?’ என்று சொன்னாள். இந்த வார்த்தைகளில் என்ன இருக்கிறது? ஆனால் சொல்ல முடியாத அளவு மிகுந்த சந்தோஷம் கொடுக்கிற எளிமையுடன் அவை இருந்தன.

‘இரு... டே,’ என்று சின்னமாமா சொல்லச்சொல்ல நான் புறப்பட்டதற்கு வருத்தம் ஏதும் காரணமில்லை. ஒரு சூழ்நிலையிலிருந்து சந்தோஷத்தை முன்வைத்தும் விடுபடக் கூடும் அல்லவா? நான் மிகுந்த சந்தோஷத்துடனேயே புறப்பட்டாலும் சிறிதாக ஒரு தப்பித்தலும் இருந்தது அதில்.

மாமா இப்படியே கொஞ்சநேரம் பேசிக்கொண்டு இருப்பார். அப்புறம் புஸ்தகம் ஒன்றை எடுத்துக்கொண்டு உலகம் இடிந்துபோனால்கூடத் தெரியாதபடிக்கு வாசிப்பார். என்னைப் பக்கத்திலேயே இழுத்து வைத்துக்கொண்டு வாசிக்க ஆரம்பிக்கிற புத்தகத்தைக் காட்டுவார். ‘வால்காவி லிருந்து கங்கைவரை’, ‘தூக்குமேடைக் குறிப்புகள்’ ஜூலியஸ் பூசிக், சிட்டகாங் வீராங்கனை, பெற்றோர்க்கு – மெக்கரங்கோ’ என்று அந்தப் பதினாறு வயதில் பெயரின் காரணமாகப் பதிந்துபோன அவற்றைக் காட்டினதற்கு மேல், அவை பற்றி ஒன்றும் மேற்கொண்டு சொல்லாமல் அவராகப் படிக்கத் துவங்கிவிடுவார்.

இந்தச் சமயத்தில்தான் நான் தப்பித்துக்கொள்ள முடியாமல் மாட்டிக்கொள்வேன். இப்படிக் கொஞ்சம் படித்துக்கொண்டே இருக்கிற மாமா, ஒரு கட்டத்தில், ‘யம்மா’ என்று உடம்பையெல்லாம் அக்கு அக்காக வலிக்கிற மாதிரி ஒரு முனகலுடன் புரண்டு என் பக்கம் திரும்புவார். தலை மாட்டின் பக்கம் நான் இருப்பேன் ஆதலால், படுத்த வாக்கில், கழுத்தை மட்டும் எம்பிக்கொண்டு சின்னமாமா ‘கொஞ்சம் மிதியேன்’ என்று சொல்வார். கெஞ்சுகிற மாதிரி இருக்கும்.

ஒன்பதாம் கிளாஸ் படிக்கிற பையன் மேலே ஏறி நின்று கொண்டு மிதிக்கிற மிதியை எப்படித்தான் சின்ன மாமாவால் தாங்க முடிகிறதோ! தாங்க முடிவது மட்டுமில்லாமல், வலியெல்லாம் போகத் தைலம் தடவி விடுகிற சுகம் கண்டது போல் ஒரு குரலும் கிளம்பும். மிதிக்கிற கனம், குப்புறப்படுத்து மிதிக்கக் கொடுப்பதால் தலையணையில் புதைத்த முகத் திலிருந்து வசமின்றிக் கிளம்புகிற குரல் எல்லாம் சேர்ந்து ஒரு வினோதமாக இருக்கும் அந்தச் சப்தம். ஆதாரத்துக்குப் பக்கவாட்டுச் சுவரில் இரண்டு கையை உயர்த்தி ஊன்றிக் கொண்ட நமக்குத் தொங்கப்போட முடியாமல் கை வலிக்கிற வலியில் நாம் அவஸ்தைப்படுகையில் குறட்டை ஒலி வரும். 'சரி தூங்கியாயிற்று' என்று முதுகிலிருந்து, ஏதோ படித்துறையில் தண்ணீருக்குள் இறங்குவதுபோல, மெதுவா ஒரு காலை வைத்தால், 'போதும்ப்பா' என்று சப்தம் வரும். அத்தை என்ன செய்கிறாள் என்று எட்டிப் பார்த்தால், புஸ்தகம் மட்டும் காற்றில் புரண்டு பக்கம் திரும்பிப் படபடக்க அத்தை தூங்கியிருப்பாள்.

நான் மட்டுமில்லை, சின்னமாமாகூட, 'எங்களுக்குள்ளே ஆயிரம் இருக்கும். அதையெல்லாம் உங்ககிட்ட சொல்ல முடியுமா?' என்று அத்தை சொன்னதை, அவள் அப்படித் திடீரென்று இறந்து போன துக்கத்துக்கிடையில், சொல்லி, 'உன்கிட்டேதாம்பா அவள் அவ்வளவு பிரியமா இருப்பா' என்று எனக்கு மிகுந்த கூச்சமும் துக்கமும் தருவதுபோலத் தோளை, முகத்தை எல்லாம் வருடிக்கொடுத்தார்.

இதையே மறுபடியும், பத்துப் பதினைந்து வருடங்களுக்கு அப்புறம், இப்போது சமீபத்தில், மிக மோசமான மாரடைப்பில் முதல் தடவையாகச் சங்கடப்பட்டபோது, சின்னமாமா, குடும்பத்தினர் எல்லோர் முன்னிலையிலும் வைத்துச் சொன்னார். ரோமத் துல்லியத்தில் அறுந்து விழுந்து செருகக் காத்திருக்கும் மரணத்தின் கூர்விளிம்பால் மிகுந்த பயத்திற்கும் நிர்க்கதிக்கும் ஆளான முகம் சின்ன மாமாவுக்கு வந்திருந்தது.

அந்தத் தனியார் வங்கியில் மிகுந்த சிபாரிசின் பேரில் நுழைந்து, யாருடைய சிபாரிசின் பேரில் நுழைந்தோம் என்ற தாட்சண்யம்கூடப் பாராமல், அவருக்கு எதிராகவே மிகுந்த திடத்தோடும் உண்மையோடும் பாடுபட்டு, ஒரு தொழிற் சங்கத்தை நிறுவி அடுத்தடுத்த போராட்டங்களை வழி நடத்தியதன் மூலம் அந்த வங்கி விஸ்தரித்திருந்த தெற்கத்தி

ஜில்லா பூராவும், தோழர் 'டி.எஸ்' என்று அறியப்பட்டிருந்த முகமா இது என்கிற அளவுக்கு அது மிகவும் கலைந்திருந்தது. ஒரே ஒரு பெண் குழந்தைக்கு மட்டும் திருமணமாகியிருக்க, மீதி இன்னும் ஐந்து பெண்களும் இரண்டு பையன்களும், தனக்குப் பின் யாருமற்று நிற்கப்போகிற உண்மைதான் அவரை அப்படிப் பயமுறுத்தியிருக்க வேண்டும். உண்மைக்கும் மரணத்துக்கும் பயப்படாமல் எப்படி இருக்க முடியும்?

'இந்தப் பயலை ஒரு டிகிரி வாங்கக்கூட வைக்காமல் தெருவில் நிறுத்திட்டுப் போயிடுவேன் போல இருக்கேப்பா' என்று மூர்த்தியை இழுத்து முன்னால் நிறுத்திக்கொண்டு சின்ன மாமா அழ, ப்ளஸ் டூ படிக்கிற மூர்த்தி அழ, எல்லோர் மூலம் படர்ந்து அமுக்கின துக்கத்தை வகிர்ந்து இருபுறமும் தள்ளி முன்செல்வதுபோல நான் சின்ன மாமாவின் கட்டிலில் உட்கார்ந்து, 'அப்படியெல்லாம் நாங்க விட்டிருவோமா மாமா. எல்லாரும் இல்லையா?' என்று சொன்னேன். எத்தனையோ பேர் இருக்க, இதை நான் சொன்னதும் மாமா எட்டி என் கையைப் பிடித்துக் கொண்டு தாரைதாரையாக அழுதார். 'நீ பார்த்துக் கொள்வாயா?' என்பதை ஒரு நாடக வசனம் போல மிகச் செயற்கையான அதீத குரல் உடைவுகளுடனும் ஏற்ற இறக்கங்களுடனும் மாற்றி மாற்றிக் கேட்டுக்கொண்டு கொஞ்ச நேரம் இருந்தார்.

எல்லோரையும் காப்பாற்றிவிட வேண்டும் என்றுதான் மனதார அந்த நிமிடத்தில் தோன்றினாலும், ஒரு ஆறுதலான சொல், காரியம் இது என்பதை மீறி நிஜமாகவே எனக்கு என்ன செய்துவிட முடியும் என்று தெரிந்தே இருந்தது. மூர்த்தியின் படிப்பை மாத்திரம் ஏற்றுக்கொள்வது கூட என்னுடைய வசதிக்கிடையில் எவ்வளவு கஷ்டமானது. ஆனால் கஷ்ட நஷ்டம் எல்லாம் பார்க்கத் தோன்றாத நேரத்தில், இந்த வாழ்வின் குறைவான எல்லைகளையும் கடும் நிபந்தனைகளையும் ஒன்றும் அற்றதாக உணர்ந்த, ஒரு துக்கத்தின் மத்தியிலான பரிவில் வெளிவந்த என் வார்த்தைகளை அப்படியே ஏற்று மனதில் வைத்துக் கொண்டார் சின்னமாமா. அன்றைக்கு அவரைப் பிழைக்க வைத்தது மாத்திரை – மருந்து மட்டுமாகத் தெரியவில்லை.

கொஞ்சம் சௌகரியமாகி, மறுபடியும் அலுவலகம் போய் வர ஆரம்பித்திருந்த நாள்களில் சின்னமாமாவைப்

போய்ப் பார்க்கையில், 'அவளைக் கூட்டிக்கொண்டு வந்தால் என்ன? பிள்ளைகளைக் கூட்டிக்கொண்டு வந்தால் என்ன? இது உன் வீடுமாதிரி' என்றெல்லாம் சொன்னார். 'வேறு யாருப்பா அந்த வார்த்தையைச் சொல்லப்போறா, நாங்கள் எல்லாம் இல்லையா, மாமா?ண்ணு நீ சொன்னது அப்படியே நிக்கிது' என்று சொல்கையில், என்னுடைய சொல்லின் ஆதாரம் தவறிப்போனால் இந்த வாழ்க்கை ஒன்றுக்கும் உதவாது என்பதான ஒரு இறுக்கம் சின்னமாமா குரலில் இருந்தது. தாங்க முடியாத சுமையைச் சின்னமாமா என் தோளில் மாற்றிவிடுவார்களோ என்று தோன்றிவிட்டது, அன்றிலிருந்து. உருண்டுருண்டு வரும் பெரும்பாறை ஒன்றை முட்டுக்கொடுத்து நிறுத்திவிடும் வலு எனக்கு எங்கே உண்டு.

இதற்கப்புறம் சின்னமாமா வீட்டுக்கு அதிகம் செல்லாமலும், அந்த வீட்டுக் குழந்தைகளைப் பற்றி அதிகம் பேசாமலும், எல்லாவற்றிற்கும் மேலாக அந்த அத்தையின் ஞாபகம் தூரத்தில் மங்கிச் செல்லும்படியாக மூன்று ஆண்டுகள் இருந்தேன். என்னால் உதவமுடிகிற சிறு சிறு கட்டங்களில்கூட எந்த உதவியும் செய்யக்கூடாது என்ற முடிவில் இருந்து விட்டேன். அப்படிச் செய்யப்போக, ஒவ்வொன்றும் என் பொறுப்பு என்று ஆகிவிட்டால் என்ன செய்வது என்று யோசிக்கிற அளவுக்குக் கேவலமாகிவிட்டது, புத்தி. புத்தி என்று சொன்னால் என்ன, வாழ்க்கை என்று சொன்னால் என்ன, எல்லாம் ஒன்றுதானே.

"அப்போ நான் முதலிலே போறேன். பின்னாலேயே வந்திடுதியா?" பொன்னுச்சித்தப்பா வாசல் கொண்டியில் மாட்டியிருந்த பூட்டை, அதன் பெயர், என்ன மேக், எத்தனை லீவர் என்று ஆராய்வது போல் பார்த்துக் கொண்டே விடை பெற்றார்.

"நீங்க போங்க. நான் வந்திருதேன்" என்று சொல்லிக் கொண்டிருக்கும்போதே, சின்னமாமா வீட்டு இரண்டாவது பையன் சைக்கிளை ஸ்டாண்ட் போட்டுக்கொண்டு அவசரமாக வந்தான்.

"என்ன... பாரதி?" என்று நடையில் ஒரு கால் தெருவில் ஒரு காலும் ஆகப் பொன்னுச் சித்தப்பா அவனைக் கேட்கையில்,

"அத்தானை உடனே கூட்டிக்கிட்டு வரச் சொன்னாங்க. அப்பா, அத்தான் பெயரைச் சொல்லிக்கிட்டே, வந்துட்டானா வந்துட்டானா?ண்ணு கேட்கிறாங்க.. வரும்போது அக்கா உள்பாவாடை, சட்டையை ஒரு பையிலே கொண்டாரணுமாம். அக்கா சொன்னா." பாரதி ஒரு தகவல் போல இதைச் சொன்னான். அதிகம் துக்கம் உணர்ந்த முகம் இல்லை. பெரிய சைக்கிள் ஓட்டுகிற வாய்ப்பு இப்போது கிடைத்ததற்குச் சந்தோஷம் கொண்டது போல, சைக்கிளைத் திரும்ப ஓட்டிக் கொண்டு போவதில் ஆர்வமாக இருந்தான்.

"நாம ரெண்டுபேரும் நடந்து போவோம். அவசரத்துக்கு அத்தான் சைக்கிள்ல போகட்டும்". பொன்னுச் சித்தப்பா யோசனை சொன்னபோது, ஒன்றும் மறுப்புச் சொல்லாமல் அழ ஆரம்பித்தான்.

"பாவம், சின்னப் பையன்தானே" என்று பொண்ணுச் சித்தப்பாவைப் பார்த்துச் சொல்லிவிட்டு, "நீயே சைக்கிளிலே போப்பா" என்று அவனை அனுப்பி வைத்தேன்.

"அப்போ நீ?" என்று பொன்னுச் சித்தப்பா செருப்பைப் போட்டுக்கொண்டு சொன்னார். 'நீ எங்கே வரப் போகிறாய்? வருகிற ஆளாகத் தெரியவில்லையே' என்று பொன்னுச் சித்தப்பா கண்டுபிடித்து விட்டது போல் பார்வை இருந்தது. கொஞ்சநேரம் பார்த்துக்கொண்டே இருந்தவர், மறுபடியும் எதையோ தீர்மானித்தது போல, உள்ளே வந்து என் பக்கத்தில் நின்று தோளை லேசாகப் பற்றி–

"ஒன்றுக்கும் மலைக்க வேண்டாம். எல்லாம் உள்ளபடி இருக்கும். புறப்படு," என்றார்.

வீட்டை விட்டுத் தெருவில் இறங்கி, கொஞ்சம்கூடப் பேசாமல் நடந்து, விறகுக்கடை பக்கம் வந்தபோது, "சட்டைப் பையில் பேனா வச்சிருக்கே இல்லையா, எதுவுக்கும்?" என்றார்.

அந்தக் கேள்வியின் அவசியம் புரிய ஆரம்பித்த நேரமும் விறகுக்கடை முழுவதும் தரையில் உதிர்ந்துகிடந்த அரசிலை களைப் பார்த்த நேரமும் ஒரே பொழுது என்றே சொல்ல வேண்டும்.

• 'இங்கே இன்று' - மார்ச் 1987

அப்பால் ஆன...

ரத்தினம்தான் எனக்கு கிளாஸ்மேட். ரத்தினத்திற்குக் கீழே ரஞ்சிதம். ரஞ்சிதத்திற்கு இளையவள்தான் இந்த ராஜி. அது என்னவோ 'ரானா', 'ராவன்னா'வில் மட்டும் பெயர் வைக்கவேண்டும் என்று அவர்கள் வீட்டில் முடிவு இருந்திருக்கும் போல. ராஜிக்குக் கீழே ரவி என்று ஒரு தம்பி.

ராஜிதானா என்று சந்தேகமாக இருந்தது. பதினேழு–பதினெட்டு வருஷத்திற்கு அப்புறம்கூட அவள்தான் என்று அனுமானிக்க இடம் தந்தது அவளுடைய பற்கள்தான். மேற்பக்கம் நடுவில் நான்கு பற்களும், பஸ் ஸ்டாண்டில் அல்லது கல்யாண வீட்டில் நாலு பேர் நின்று பேசிக் கொண்டிருப்பதுபோல, அது அது இஷ்டத்திற்குத் திரும்பி இருக்கும். அந்தத் திரும்பலில், மேல் உதட்டின் அமைப்பில், ஒரு துருத்தல் இருக்கும். தன் வரிசை தப்பின பற்களை அவள் பொருட்படுத்திய மாதிரி எனக்கு நினைவில்லை. சில பேர் உதட்டை அடிக்கடி குவித்து, முன் பற்களை மூடப் பார்ப் பார்கள். மூடுகிற முயற்சியில், மேல் உதட்டு நுனியைப் பல்லுக் கடியில் கடித்து மடக்கிக் கொள்வார்கள். மறக்காமல், ஒவ்வொரு தடவை சிரிக்கும்போதும் விரல் கொண்டு பொத்திக் கொள் வார்கள். ராஜிக்கு அது பற்றி எல்லாம் அக்கறை இருந்ததில்லை. அக்கறையற்ற இயல்புக்கு என்று ஒரு சிறு அழகு உண்டே அது அவளிடம் இருந்தது.

அவளுக்கு அப்போதே தன்னை யாரும் கவனிக்கவில்லை என்றுதான் கவலை. எல்லோரும் ரத்தினத்துடன்தான் பேசு வோம். நான் ரத்தினத்துடனும் பேசுவேன், ரஞ்சிதத்துடனும் பேசுவேன். 'நெஞ்சில் ஓர் ஆலயம்', 'பாலும் பழமும்' சினிமா பற்றி, பொருட்காட்சி பற்றி எல்லாம் கண்டமேனிக்கு ஏதாவது பேசுவோம். ரஞ்சிதம் நன்றாகப் பாடுவாள். 'பாக்யலட்சுமி' படத்தில்தான் என்று நினைக்கிறேன், 'மாலைப்பொழுதின் மயக்கத்திலே நான், கனவு கண்டேன் தோழி' என்ற பாட்டை ரொம்ப நேர்த்தியாகப் பாடுவாள். 'பொன்னலூரி பிரதர்ஸ்' என்ற பெயரின் விநோதம் இன்னும் ஞாபகம் இருக்கிறது. அவர்கள் எடுத்த 'தெய்வ பலம்' படத்தில் 'மலரோடு விளை யாடும்' என்று ஒரு பாட்டு வரும். அதையும் பாடுவாள். நானும் ரத்தினமும் சேர்ந்து பின்பகுதியைப் படிப்போம். கொஞ்ச நாள் பி.பி. ஸ்ரீனிவாஸ் கிறுக்காக இருந்தது எனக்கு. ராஜியை யாரும் சேர்த்துக் கொள்வதில்லை. அவளை அவள் புத்தகங்களோடு கிட என்று விட்டுவிட்டோம். வெறும் பாசி படம் போட்டுக்கொண்டே எத்தனை நாள் அவள் கிடக்க முடியும். அவளும் அவளது உலகமும் எவ்வளவு தனித்துக் கிடந்திருக்கும் என்பதை இப்போது உணரமுடிகிறது.

கடைசியில் என்ன ஆயிற்று என்றால், அவள் ரத்தினத் தைக்கூடப் போட்டியிலிருந்து விலக்கி விட்டாள். ரஞ்சிதம், அவளுடைய அக்காதான் என்றாலும் அவளுடன் மறை முகமாக ஒரு ஓட்டத்திற்குத் தன்னை எப்போதும் தயார் செய்து கொண்டிருந்தாள். மிஞ்சிப்போனால் ரஞ்சிதத்திற்கு இருபதும், இவளுக்குப் பதினேழு வயதும் இருக்கும். பதினேழு கூட இருக்காது, குறைவாகத்தான் இருக்கும். எப்போதும் அக்காவிடம் சண்டை போட்டுக்கொண்டே இருந்தாள். அக்காவிடம் பேசுகிறவர்களின் கவனத்தைத் தன்னிடம் கவர்கிற உபாயங்களை அதிகம் தேர்ந்தெடுத்துக் கொண்டாள்.

ரத்தினம் இல்லாத, ரஞ்சிதம் ஏதோ அவசரமாக வேலைக்கான மனு ஒன்றை அடிக்க, அவளுடைய பழைய டைப்ரைட்டிங் இன்ஸ்டிடியூட்டிற்கு போயிருந்த ஒரு சமயம், நான் தற்செயலாகப் போயிருந்தேன். ரத்தினத்தின் அம்மாவுக்கு ஆஸ்பத்திரியில் அதிக வேலையோ என்னவோ, மிட்ஒய்ஃப் சேலையைக்கூட மாற்றாமல் அப்படியே படுத்துத் தூங்கிக் கொண்டிருந்தாள். நான் போனதும், 'வா' என்று கேட்டுவிட்டு மறுபடியும் தூங்கிவிட்டாள்.

ரஞ்சிதத்தைவிட நாலு அடி முன்னால் ஓட வேண்டும் என்று ராஜிக்கு நினைப்பு. படபடவென்று போனாள். வெங்காயம் அரிந்தாள். கடலைமாவைக் கரைத்தாள். பத்தாவது நிமிடத்தில் எண்ணெயும் பலகார வாடையும் வந்தது. இடையில் ஒரு தடவை எனக்குப் படிக்கப் புத்தகம் கொண்டு வந்து கொடுத்தாள். காது ஓரத்து முடி வெகு நீளமாக இறங்கிக் கன்னத்துப் பூனைமுடியுடன் ஒன்றிக் கொண்டிருக்க, அம்மாவின் வாயில் சேலை ஒன்றைக் கட்டிக் கொண்டு வந்து, ஒரு தட்டில் வைத்துச் சாப்பிடச் சொன்னாள். எத்தனையோ பரம்பரை ஆகிவிட்டிருக்கக்கூடிய அந்தக் கன்னங்கரிய, வழவழப்பான, மேஜைமீது அவள் தின்பண்டங் களுடன் அந்தத் தட்டை வைத்த இடத்தையும், அதன் அருகில் சிறுசிறு திவலைகளாகக் கெட்டியாகி உறைந்திருந்த மெழுகு வர்த்திச் சொட்டுகளையும் இப்போதும்கூட என்னால் வரைந்து காட்ட முடியும்.

அந்த அளவுக்கு அது பதிந்து போனதற்கு அந்த மரத்தின் நேர்த்தி மட்டுமா காரணம். மெழுகுவர்த்திச் சொட்டா காரணம்? இல்லை, ராஜியின் அந்த அரை மணி நேரம் ஓட்ட சாட்டம்தான். அன்பும், ஒரு பெண் ஆணின் மேல் கொள்கிற பரிவும் எத்தனை வயதில் என்றாலும் சம்பந்தப்பட்ட மனிதர் களையே அழகாக்கும் என்பதற்கு ராஜி ஒரு உதாரணம். வெறும் பிரண்டைக்கொடி மாதிரி முறுக்கிக் கிடந்த அவளுடைய ஒவ்வொரு நடவடிக்கையிலும் இதுவரையற்றதோர் அழகு தெரிந்தது. குகைக்குள் விளக்கேற்றினது மாதிரி இருட்டைக் கரைத்துக்கொண்டு, இருட்டை ஜெயித்துக்கொண்டு ஒரு வெளிச்சம்.

இந்த வெளிச்சத்தை அவள் எப்போதும் தன்னுடன் வைத்திருக்க வேண்டும். அவளிடம் குறிப்பிட்டுச் சொல்லும் படியாக எந்த அழகும் இல்லையென்றாலும், இந்த மாயம் நிறைந்த வெளிச்சம் யார் மீதாவது பாய்ந்து கொண்டேதான் இருந்தது. ரத்தினம் மூத்த பையனில்லையா. அவனுடைய கல்யாணம், குடும்பத்திற்கு முதல் விசேஷம் என்பதால் கொஞ்சம் விமரிசையாக நடந்தது.

கல்யாணத்திற்கு முந்தின ராத்திரியில், வேலையிருக்கிற வர்கள் வேலையினால் விழித்துக் கொண்டிருப்பார்கள். ஒரு

சந்தோஷத்தில், பரபரப்பில், இன்ன காரணத்திற்கு என்று இல்லாமல் வெறுமனேயும் விழித்துக்கொண்டு இருப்பார்கள். பேப்பர் கொண்டு வெட்டி, அலங்காரம் பண்ணி, மண மேடையை அலங்கரித்து, மின்சார விளக்குகளைப் புதிதாகத் தொங்கவிட்டு, லவுட் ஸ்பீக்கர்காரனுடன் உட்கார்ந்து நல்ல நல்ல பாடல்களைத் தேர்வு செய்து ஒலிபரப்பி என்று ராஜியும் அவள் பங்கிற்கு ஏதேதோ செய்துவிட்டு, ஒரு ஓரத்தில் படுத்துத் தூங்கினாள்.

இதுபோன்ற கல்யாண வீடுகளில் படுக்கிறதற்கு என்று ஒரு குறிப்பிட்ட இடமும் வரிசையும் பாய் – தலையணையுமா இருக்கப் போகிறது? அப்படி இருந்தால் ஆஸ்பத்திரிக்கும் கல்யாண வீட்டுக்கும் என்ன வித்தியாசம்? ராஜி, அவளுடைய களைப்புக்கு ஏற்ப ஒரு இடத்தில் படுத்திருந்தாள். அவள் படுத்திருந்த இடத்திற்கு நேரேதான் மாடிக்குப் போகிற படிக்கட்டு. படிக்கட்டின் சாய்வில் வழக்கமாக ஒரு இடைவெளி கிடைக்குமே, அங்கே உட்கார்ந்துதான் லவுட் ஸ்பீக்கரில் பாட்டுப் போட எல்லாத் தளவாடங்களுடனும் இருந்தார்கள். சதுர சதுர மரப்பெட்டிகளில் ரிக்கார்டுகள், அம்ளிஃபயரின் – அப்படியென்றால் என்ன? – சிவப்பு வெளிச்சங்கள், கசமுசா வென்று வயர், பக்கவாட்டில் சவுண்ட் சர்வீஸ் பெயர் எழுதின ட்யூப் லைட்டுகள் என்று கிடக்க, இவை எல்லா வற்றையும் கவனித்துக் கொண்டிருந்த பையனுக்கு என்ன தோன்றிற்றோ, ராஜியின் தூக்கத்தையும் மீறி ஏதோ ஒன்று, அவள் பக்கமாகச் சென்றிருக்க வேண்டும். போய் உட்கார்ந் திருக்கிறான்.

தூங்கிக் கொண்டிருந்தவளையே பார்த்துக் கொண்டி ருந்ததாக மட்டும் அவன் சொன்னாலும், அதையும் மீறி, அவன் ஏதோ செய்திருக்க வேண்டும். அல்லது நிஜமாகவே பார்த்துக்கொண்டு மட்டும்கூட இருந்திருக்கலாம். இதுபோன்ற தருணங்களில் செய்கைகளின் நிச்சயம்பற்றி அதிகம் யூகித்துவிட முடியாது. ராஜி என்னிடம்தான் வந்தாள். ‘அவனை வெளியே அனுப்பிச்சிருங்க’ என்றதோடு போய்விட்டாள். ஏற்கெனவே மிகவும் பதற்றத்தில் ஸ்தம்பித்திருந்த அந்தப் பையனை, காஸ் லைட்டுக்கு அந்தப்புறம் சமையல் தயாராகிறதற்காக அடுப்புக் கட்டியிருந்த ஆக்குப்புரைக்கு, முன்தினத்தின் எச்சில் இலைகள் குவிந்து வாசனையடிக்கிற மூலைப் பக்கம், தள்ளிக்கொண்டு போனதும், முதலில் அழுதான். எதிர்பார்க்கவில்லை. சட்டென்று,

'விடுங்க ஸார்' என்று கையைப் பிடுங்கிக்கொண்டு வெளியில் போனவன் வரவேயில்லை.

இதைப் பற்றிப் பின்னால் ஒரு சந்தர்ப்பத்திலும் நானும் ராஜியும் பேசிக் கொள்ளவில்லை. 'உன்னிடம் மட்டும்தான் என் சிறு ரகசியத்தை, சிறு கேவலத்தைப் பகிர்ந்து கொண்டிருக்கிறேன்; பார்த்துக்கொள்.' ராஜி இதைச் சொல்லாமல் அப்படியே நடந்து கொண்டாள். ஒரு பிசிறு இல்லை.

ரத்தினத்திற்குக் கல்யாணம் ஆன பிறகும், எனக்கு வேலை கிடைத்த சமயத்திலும், ரஞ்சிதத்துடன் என்னுடைய பொழுதுகள் பேசிக் கழிந்தபோதும் எல்லாம்கூட ராஜி தன்னுடைய மெதுவான, நிதானமான பந்தயத்தில் ஓடி எல்லோரையும் ஜெயித்துவிடுவதைப் பகிர்ந்து கொண்டிருந்தாள். ரஞ்சிதத்துக்குக் கல்யாணம் ஆனது. வேலைக்குப் போன பிறகு எனக்கும்கூட கல்யாணம் ஆயிற்று. 'நாங்கள் எல்லாம் ஆளாகத் தெரியவில்லையோ' என்று ராஜி கேட்கிற அளவுக்கு அந்தப் பக்கமே போகாமல் இருந்தேன். எல்லோரும் ஒரே ஊரில், முன்பிருந்த அதே பழைய தெருக்களில், அதே வீடுகளில்தான் இருந்தோம். ஆனால்கூட ஒருத்தரை ஒருத்தர் பார்த்துக் கொள்ளாதபடிக்கு ஆகிவிட்டது. யோசித்துப் பார்த்தால், எனக்கு கல்யாணம் ஆகிவிட்டது என்பதுதான் முக்கியமான காரணமாக இருக்கும். கல்யாணம் ஆன சமயத்தில் ரத்தினம் வீட்டுக்கு விருந்துக்குப் போயிருந்தபோது, ரத்தினத்தின் மனைவியுடன், என் மனைவியுடன் இல்லாத ஒரு தனி அவகாசத்தை ராஜி உண்டாக்கிவிட்டு, 'நீங்களாவது என்றைக்கும் ஒரேமாதிரி இருக்கணும்' என்று சொன்னாள். இதற்கு என்ன அர்த்தம்? யார் மாறிப் போய்விட்டார்கள், இப்போது? நான் மட்டும் என்ன தனியாக.

ராஜி, கூடுமானவரை மாறாமல்தான் இருந்திருக்கிறாள். அவளால் தன்னைப் பற்றிய நிர்ணயங்களைக் காப்பாற்றிக் கொள்ள முடிந்திருக்கிறது. உடம்பு மட்டும், அதன் தன் காலத்தை அனுசரித்திருந்தது. அது எப்படி பதினேழு வயதுப் பூஞ்சைக் காளானாக ராஜியை எப்போதும் எதிர்பார்க்க முடியும்? முடியாதென்றாலும் ஒவ்வொரு முகத்துக்கும் ஒரு ஆதி சித்திரம் தொங்குகிறதே, அதை என்ன செய்ய?

●

ராஜி, வரிசையாக அடுக்கப்பட்டிருந்த மலிவான பனியன் களுக்கும், ஜட்டி, சட்டைகளுக்கும் மேலாக ஒரு கையை ஊன்றிக்கொண்டு இன்னொரு கையால் கடைசி வரிசையில் இருந்த இன்னொரு உடையை எட்டி எடுத்துக் கொண்டி ருந்தாள். பக்கத்தில் ஒரு பெண் குழந்தை, சாம்பல் பூத்துப்போய், ராஜியின் சேலையின் ஒரு பகுதி மடிப்பைப் பிடித்தபடி போக்கு வரத்தைப் பார்த்து நின்றது. கையில் பாலிதீன் பையில் பொதிந்து வைக்கப்பட்ட ரொட்டித் துண்டுகள் இருந்தன. முன்பற்களில்கூட ராஜியின் சாயல் இருந்தது. கன்னத்தில் எவ்வளவு பெரிய திருஷ்டிப் பொட்டு.

ராஜி என்று நிச்சயம் ஆனதும் அந்தக் குழந்தையிடம்தான் போனேன். பேச்சுக்கொடுத்தேன். கன்னத்தை நிமிண்டித் தலையை நீவிவிட்டேன். குழந்தையின் முகம் மெழுகு பதத்தில் இருந்தது. சட்டென்று சிரிக்கவோ அழவோ இல்லை. விலகி அம்மாவிடம் போய்ப் புதைந்து கொள்ளவில்லை. என்னைப் பார்த்துக்கொண்டே நின்றது. சற்று மேல் நோக்கிய அந்தப் பார்வையில் அதிர்ச்சியும் கலவரமும் எனக்கு ஏற்பட்டது. நடைபாதையில் போய்க் கொண்டிருந்த ஒரு மனிதர் சற்று நின்று சரக்கென்று கொளுத்திய தீக்குச்சியின் கந்தகவாடை மூக்கை உரசிற்று. அப்புறம் சிகரெட் நெடி.

“நீங்க பார்க்காமல் போயிருவீங்க”ண்ணு நினைத்தேன். ராஜி சொல்லிக்கொண்டே வந்தாள். வாங்கின துணியை ஒரு கை மடித்துக் கொண்டிருந்தது, உள் பாவாடை போல. இத்தனை வருடத்திற்கு அப்புறம் பார்க்கையில் ராஜி சொன்னது இதைத்தான். இதைச் சொன்னதோடு, “பேக்கரிக்காரர் வீட்டு ரிசப்ஷனிலேயே உங்களைப் பார்த்தேன்” என்று சொன்னாள். அவளும் அங்கே வந்துவிட்டுத்தான் இங்கே நிற்கிறாளாம். டீச்சர் ட்ரெயினிங் படித்த இவள் இப்போது ஒரு நர்சிங் ஹோமில் இருக்கிறாளாம். அதற்கருகில் இருக்கிற மருந்துக்கடை அந்தக் கல்யாண வீட்டுக்காரருடையதாம். அம்மாவைப் போல, ராஜியும் நீலநிற பார்டர் வைத்த வெள்ளைப் புடவைதான்.

ராஜியிடம் இன்னும் அந்த வெளிச்சமிருந்தது. அத்துடன், ‘எதையும் கேட்காதே’ என்று நிபந்தனையிடுகிற ஒரு முகம் சேர்ந்திருந்தது. ஒரு சிறு திருத்தத்தில், சற்றே சுருங்குகிற முகத்தை இழுத்து, அதன் மேல் ஒரு சந்தோஷத்தை உடனடி யாகத் தரித்துக் கொண்டுவிட அவளுக்கு முடிந்தது. ‘என்ன

சௌக்யமா' என்ற வெற்று விசாரிப்புகளுக்கு உட்பட்டதல்ல இந்த வாழ்க்கை" என்ற கடினம் அவள் அசைவுகளில் இருந்தது. நான், 'ரத்தினத்திற்குப் பிரமோஷன் ஆகிவிட்டதா' என்று கேட்கவில்லை; 'ரஞ்சிதத்திற்கு எத்தனை பிள்ளைகள்' என்று கேட்கவில்லை; 'ரவி என்ன செய்கிறான்' என்று கேட்கவில்லை. அந்த அன்றாடக் கேள்விகளுக்கு எல்லாம் அப்பால் ஆன ஒரு முள்கம்பி வளைசலில், ராஜி நின்றுகொண்டிருந்தாள். உள்நுழைந்து தப்பிக்கப் பார்த்தவர்களின் மேலாடைகளின் கிழிசல்கள், முள்ளில் சிக்கிப் பறந்துகொண்டிருந்தன. ஹோவென்ற காற்றில், மிக மேடான அந்த வேலிக்கு அருகில் சிதறியிருந்த எலும்புத் துண்டுகள் அசைந்து கொடுத்தன. ஜெட் விமானங்கள் போனது போல, வானத்தில் வெள்ளை வளைவுகள் மேல் நோக்கிச் சீறி, உச்சித் தொலைவில் காணாமல் போயின. ராஜியின் கால்களுக்கிடையில் அவளுடைய பெண்குழந்தை உட்பக்கமாகப் புதைந்துகொண்டிருக்க, ராஜி ஒன்றும் சொல்லாமல் நிறையச் சொன்னாள்.

"பாளையத்திலே இருந்து எப்போ வந்தே" என்று கேட்டதற்கு, "இது ரெண்டு வருஷமா இங்கேதான் படிக்கிறது" என்றாள், குழந்தையைக் காட்டி. சொல்லும்போது என் முகத்தை அவளால் பார்க்க முடியவில்லை. அவள் போகும் இடத்திற்குரிய பஸ் வருகிறதா என்பது போலப் பார்த்தாள். பாதை உயிரற்ற நெரிசலுடன் குழம்பிக் கிடக்க, வாகனங்கள் தலைதெறிக்க இடம் மாறின. குழந்தையின் சிகையை வருடிக் கொடுத்துக் கொண்டாள். வெறுமனே தலைமுடியை நீவி விடுவதுபோல் அவளுடைய விரல்கள் மடங்கி விரிந்து கொண்டிருந்தாலும், தன்னுடைய எல்லாப் பிடிப்பையும் ஆதரவையும் அவை காட்டிக் கொண்டிருந்தன.

"வீட்டுக்கு ஒரு நாள் வாயேன், ராஜி" என்றேன்.

வருகிறேன் என்றுகூடச் சொல்லவில்லை.

"என் பெயரைச் சொல்லிக் கூப்பிட்டதில் சந்தோஷம்" என்று சொன்னாள்.

அது இவ்வளவு பெரிய விஷயமாகிவிட்டிருக்கிறது அவளுக்கு!

● 'தீபம்' ஏப்ரல் 1987

செடிகளுக்கு

'காரு – வண்டி பார்த்து ரெண்டுபேரும் ஓரமாகப் போயிட்டு, ஓரமா வந்திருங்க' என்று அம்மா சொன்னபோதுகூட சங்கரிக்குப் பழைய தெருவுக்கும் வீட்டுக்கும் போகவேண்டும் என்று தோன்றவில்லை.

போன வருஷத்து நோட்டுத்தாளைக் கிழித்து லிஸ்ட் எழுதிக்கொடுத்தபோது பையையும் ரூபாயையும் சரி என்றுதான் வாங்கிக் கொண்டிருந்தாள். தெருவிலிருந்து நடராஜ் கையைப் பிடித்துக்கொண்டு வந்தவள், ரோட்டுக்கு வந்ததும் என்னமோ மாதிரி ஆகிவிட்டாள். லாரி ஆபீஸ் முன்னால் வல்கனைசிங் பண்ணுகிற டயர் அடுக்கின்மேல் உட்கார்ந்திருந்த ஒரு தாத்தா, "இன்னும் பள்ளிக்கூடம் திறக் கலையா?" என்று கேட்டதும்தான் அப்படி ஆகியிருக்குமோ என்னவோ. அவர் யார் என்றுகூடத் தெரியவில்லை, ரொம்ப நாள் தெரிந்ததுபோல அன்பாகக் கேட்டார். சங்கரி ஒன்றும் பதில் சொல்லவில்லை. சரலும் மணலுமாகக் கிடந்த ரோட்டைப் பார்த்துக்கொண்டே வந்த தம்பியைப் பார்த்து, "உனக்குத் தெரியுமா, ராஜு" என்று கேட்டாள். ஏற்கெனவே அவன் கிலுக்குப்பெட்டி, 'ம்ஹூம்' என்று சிரித்துக்கொண்டே தலையாட்டினான்.

மறுபடியும் அந்தத் தாத்தா, "பத்திரமாகப் போகணும் செண்டுகளா" என்றார். 'செண்டுகள்' என்று சொன்னதும்

சங்கரிக்கு ஒரே சிரிப்பு வந்துவிட்டது. நடராஜிற்கும் சிரிக்கத் தோன்றியிருக்க வேண்டும். அவனும் சிரித்தபடியே அக்காவின் கையை லேசாகக் கிள்ளினான்.

வரிசையாக வேப்பமரம், பளபளவென்று தார் ரோடு. ராஜு கிள்ளினது, அந்தத் தாத்தா பேசினது, ரைஸ் மில் காம்பவுண்டுக்கு அந்தப்புறம் இருந்து 'அக்கோவ், அக்கோவ்' என்று கேட்ட சப்தம்; எது எப்படி என்று இதற்கெல்லாம் தீர்மானமான பதிலா இருக்கிறது, அப்படி எதுவும் இல்லாமலே, சங்கரிக்குப் பழைய வீட்டிற்கு, போனமாதம் வரை எல்லோரும் குடியிருந்த வீட்டிற்குப் போகவேண்டும் என்று தோன்றிவிட்டது.

உமாவைப் பார்க்கலாம், சட்டையே போடாமல் அக்கா– அக்கா என்று அலைகிற அகஸ்தியரைப் பார்க்கலாம். ஆச்சியைப் பார்க்கலாம். வாசலில் இவள் நட்டுத் தண்ணீர் ஊற்றி வளர்ந்த ரோஜாவையும் தக்காளிச்செடியையும் பார்க்கலாம். எல்லாவற்றிற்கும் மேலாக, அந்த வீட்டுக்குள் இவளுக்கு மிகவும் பிடித்த – ஆனால், அம்மாவுக்கு, எச்சமிட்டும், தூசு துரும்பு ஆக்கியும் நிறைய வேலை கொடுத்ததால் எரிச்சல் உண்டாக்கிய – சிட்டுக்குருவிகளைப் பார்க்கலாம்.

"ராஜு, பழைய வீட்டுக்குப் போகலாமா" என்றாள். பயந் தூணிப் பயல் 'வரமாட்டான்' என்றுதான் அவள் கணக்கு.

"நம்ம வீட்டுக்கா, சரி" என்று அவன் உடனே சொன்னது ஆச்சரியமாக இருந்தது. அதுவும் எப்படி? நம்ம வீடாம்!

"ஆமாம், எழுதி வச்சிருக்காங்க நம்ம வீடுண்ணு". சங்கரி கையில் வைத்திருந்த வயர்கூடையால் லேசாக ஒரு அடி அடித்தாள். அதற்கும் ராஜு சிரித்தான். 'என்னடா, இன்றைக்கு எல்லாமே அதிசயமாக இருக்கு' என்று சங்கரிக்குத் தோன்றியது. பன்னிரெண்டு – பதிமூன்று வயதில் அதிசயங்களுக்குக் கேட்பானேன்.

நடை ஏறும்போது ஆச்சி முதுகுதான் தெரிந்தது. 'சும்மாவே இருக்க முடியாதா இவங்களுக்கு' என்று தோன்றியது. ஆச்சி, வெயில் வம்பாகப் போக வேண்டாம் என்பதுபோல, தலை யணை – ஜமுக்காளத்தை எல்லாம் வெயிலில் போட்டுவிட்டு, ஒரு சின்ன பாட்டிலில் இருந்து சுளகில் எதையோ தட்டிப் பரப்பிவிட்டுக் கொண்டிருந்தாள். கடுகை இப்படிக் கொட்டி,

அகலமாக விரலால் பரப்பி விடும்போது விரல்களின்கீழ் கடுகு உருள்வது நன்றாக இருக்கும்.

சங்கரியின் நிழலும் ராஜுவின் நிழலும் முந்திக்கொண்டு ஆச்சியின் பக்கத்துத் தரையில் விழ, "யாரு" என்று திரும்பி, "அய்யாவா, அய்யா வா" என்று ராஜுவை இழுத்துக் கொண்டாள். இழுத்துப்பிடித்த கையோடு தோள்பட்டை யிலிருந்து நீவிவிட்டு, சங்கரியைப் பார்த்து, "என்னடீ" என்றாள். ராஜுவை முதலில் ஆச்சி கொஞ்சும்போது சற்றுக் கோபமாக இருந்தது, இந்த ஒரே அழைப்பில் சரியாகப் போய்விட்டது. "சும்மா இருக்கீங்களா ஆச்சி?" என்று கேட்டாள்.

"கொஞ்சம் நிழலிலே நின்னுதான் விசாரியேன்." ஆச்சி ரெண்டு பேரையும் வீட்டுக்குக் கூப்பிட்டபோது, நைசாக சங்கரியைப் பார்த்து, "சரி, செண்டுகளா" என்று ராஜு மெல்லச் சொன்னதும் ரெண்டுபேரும் கள்ளத்தனமாகச் சிரித்துக் கொண்டார்கள்.

வழக்கம்போல, ஆச்சியிருந்த குச்சு வீட்டு முன், நெருக்கி முடைந்தது போல அவரைக்கொடியும் பசலிக்கொடியும் படர்ந்த பந்தல் கிடந்தது. "எல்லாம் காய்ச்சு ஓஞ்சு போச்சு. பறிச்சுக் கொடுத்துவிடலாம் என்றால் இண்ணையப் பார்க்க ஒரு பிஞ்சுகூட இல்லை" என்று ஆச்சி, சங்கரியிடம் சொல்லிக் கொண்டே நடையேறித் திண்ணையில் இருந்த ஈசிச்சேரில் உட்கார்ந்து கொண்டாள்.

படித்துவிட்டு வைத்திருக்கிற புத்தகம், கண்ணாடி, 'தினமலர்' பேப்பர் எல்லாம் பக்கத்திலேயே இருந்தது. ஆச்சி இந்த வீட்டில் இருக்கிறவரைக்கும் எவ்வளவு கதை சொல்லி யிருக்கிறாள். 'மீனா ராஜன் மகனுக்குப் பெண்ணுண்டோ பெண்' என்று ஆச்சி, கதையில் வருகிற இளவரசனுக்காகக் கேட்கிறபோது நிஜமாகவே தெருவில் தேங்காய் விற்கிற செங் கோட்டை நாடார் அப்படிச் சொல்லிக்கொண்டு போகிறது போல இருக்கும். திருவிழாச் சப்பரம் வரும்போது, அது திருக்கல்யாணச் சப்பரம் ஆகட்டும், புருஷோத்தமர்கோயில் பெருமாள் ஆகட்டும், அது அதற்கு ஏற்றாற்போல ஒரு புராணக்கதை சொல்வாள். இராமாயணத்தில் வருகிற ஜடாயு கதையை ஆச்சிதான் சொன்னாள். சங்கரிக்கு, பெரிய பெரிய இறக்கைகளுடன், தான் அப்படி நடித்தால் என்ன என்றுகூடத்

தோன்றியதுண்டு. உமாவிடம்கூட ஆச்சி சொன்னது போலவே இன்னொரு நாள் ஜடாயு கதையைத் திருப்பிச் சொன்னபோது, உமா, திகைத்தாற்போல ரொம்ப நேரம் உட்கார்ந்துவிட்டு, 'நல்லா இருக்கு' என்றாள்.

"ஆச்சி, உமா எங்கே"

"அவ, லீவுக்கு ஊருக்குப் போயிருக்கா. வீட்டில் இருந்தா உன் சத்தம் கேட்ட உடனே இவ்வளவு நேரத்துக்கு ஓடியாந் திருக்க மாட்டாளா. லேசுப்பட்ட சேக்காளியா இரண்டு பேரும்." ஆச்சி ரொம்ப இயல்பாகவும் இவளுடைய சிநேகிதத்தை மெச்சுகிறது மாதிரியும்தான் சொன்னாள். எனினும், சங்கரிக்கு உமா ஊருக்குப் போய்விட்டது குறித்து வருத்தமாகவே இருந்தது.

"எந்த ஊருக்கு?"

"லண்டனுக்கு." ஆச்சி, சங்கரியைப் பார்த்துச் சிரித்தாள்.

"ஆமா, சொல்லுங்க. எந்த ஊருக்கு ஆச்சி?"

"ஏன், இந்தானைக்கு ஏரோப்ளேன் ஏறிவிடப் போறியா." ஆச்சி இப்போதும் சொல்லவில்லை.

"பாவூர்மாமா வீட்டுக்கா?" சங்கரி உத்தேசமாகத்தான் கேட்டாள்.

எப்படியோ அது கரெக்டாக இருந்தது.

"தெரிஞ்சுகிட்டேதானே பின்னே கேட்டிருக்க." ஆச்சி ஏதோ இவளுக்கு ஏற்கெனவே தெரியும் போலக் கேட்டாள். ராஜு, பக்கத்தில் வந்து, "உனக்குத் தெரியுமா அக்கா?" என்று கேட்டான். சங்கரிக்கு ஒரே உற்சாகமாகிவிட்டது. "தெரியும்" என்று சந்தோஷமாகப் பொய் சொன்னாள், "சூ, மந்திரக்காளி! மை டியர் குட்டிச்சாத்தான்" என்று கண்ணைச் சுருக்கிச் சிமிட்டினாள்.

ஆச்சி, ஒரு தட்டில் வெள்ளரிக்காயை வட்டுவட்டாக நறுக்கி உப்புவைத்துக்கொண்டு வந்து கொடுத்து, "சாப்பிடுங்க" என்றாள். அம்மா எப்படி இருக்கிறாள், புது வீடு வசதியாக இருக்கிறதா, ரெண்டு வேளை, குழாயில், தண்ணீர் வருகிறதா, பழக்க வழக்கத்திற்கு பக்கத்தில் மனுஷாள்கள் எப்படி என்று ஆச்சி என்ன என்னவோ கேட்டுக்கொண்டே இருந்தாள். சங்கரி, நடையில் உட்கார்ந்து கொண்டு பப்பு அத்தை

வீட்டுக்குப் பின்னால் இருக்கிற மாமரத்தின் உச்சித் தளிரை, தென்னை ஓலையை, நீலம் அப்பிக் கிடக்கிற மலைத்தொடரைக் கொஞ்ச நேரம் பார்த்துக்கொண்டே இருந்தாள். இந்தத் தென்னைக்கு அப்புறமும், மலைக்கு முன்புமாக ஆறு ஓடுவதைச் சங்கரி கற்பனை செய்துகொண்டாள். எவ்வளவு பாறை, எவ்வளவு தண்ணீர். அப்பாவுக்கு நீச்சல் தெரியாதாம். ஆனால், அப்பாதான் நீச்சல் சொல்லிக் கொடுத்தார்கள். ஒரு வேளை தண்ணீரே எல்லாம் சொல்லிக் கொடுத்திருக்குமோ.

"ஆற்றிலே தண்ணீர் போகுதா ஆச்சி."

"ம். தண்ணிக்குக் கேட்பானேன்." ஆச்சி, ஆற்றுக்குப் போவதில்லை என்றாலும், "மூணுபடி முங்கிப் போகுது, தெப்பக்குளம் மாதிரி கட்டிக் கிடக்கு, இண்ணைக்கு ஓட்ட மில்லை'' என்று அன்றன்றைய நிலவரத்தைச் சொல்லி விடுவாள். மூன்று நாளைக்கு ஒரு படம் மாற்றுகிற தியேட்டருக்கும் ஆச்சிக்கும் என்ன சம்பந்தமுண்டு. ஆனால் அவளுக்கு என்ன டாக்கீஸில் என்ன படம் என்று கரெக்டாகத் தெரியும், "இந்த மாய சினிமா வந்துல்லா ஊரைக் கெடுத்துப் போட்டுது. நான் சொல்லுதேனேண்ணு வருத்தப்பட்டுக்கிடாதே. அகஸ்தியரையும் ஒக்கல்ல இடுக்கிக்கிட்டு அப்படி என்ன ஒண்ர வாரத்திற்கு ஒருக்க உனக்கு மத்தியான ஷோ வேண்டிக் கிடக்கு? குறுக்கு ஒடிய உட்கார்ந்து பீடி சுத்தின காசைக் கொண்டுபோய் சினிமாக் கொட்டகைக்காரன் கையிலே கொடுக்கணும்னு தலை எழுத்தா. குடிகெட்டுப் போகும்ளா, குடிகெட்டுப் போகும்''.

ஆச்சி, குச்சுவீட்டு அக்காவைப் பார்த்துச் சொல்வாள். ஆனால் யார் கேட்கிறார்கள். சங்கரி, ராஜுவைப் பார்த்து–

"ஆற்றுக்குப் போவோமா" என்றாள். ஆறு என்றால் ஆறு மட்டுமா. இரண்டு பக்கமும் பச்சைவயலில் கொக்கு. காய்ந்த வயலில் ரத்த விளாராகிக் கிடக்கும் கீரிப் பிள்ளையைக் கொத்தும் காக்கைகள், நடுநடுவே கோயில்கள்.

'அப்பா, இது என்ன கோயில்ப்பா.' அப்பாவுக்குச் சிரிக்கத் தான் தெரியும்.

'அந்தா... தூ...ரத்திலே தெரியுதே. அது என்ன கோயில்ப்பா.' அப்பா முகத்தில் மறுபடியும் சிரிப்புத்தான். அப்பாவுக்கு நிஜமாகவே தெரியுமா, தெரியாதா?

அப்புறம் அந்த ரயிலும் தண்டவாளமும்.

'ரயில் பார்க்கணுமா, வா' என்று சங்கரியை ஒருநாள் சாயங்காலம் ஆறரை – ஆறே முக்காலுக்குக் கூட்டிக்கொண்டு போனார். பெண்கள் படித்துறைப் பக்கமாகப் போய், ஏதோ ஏற்கெனவே தேர்ந்தெடுத்து வைத்திருந்ததுமாதிரி, தண்ணீரை ஒட்டிய கல் படியில் உட்கார்ந்துகொண்டு, சைக்கிள் விடுவது பற்றி, ஆற்றங்கரைப் பாறையருகில் பார்த்த பாம்புபற்றி, கணக்கில் மார்க் குறையக்கூடாததுபற்றி, மினுக்கட்டாம் பூச்சிபற்றி, விக்டர்மாமா சொல்லிக்கொடுத்த நட்சத்திரங்கள் பற்றி எல்லாம் பேசினார். எவ்வளவுதான் பேச முடியும்? பேச்சு நின்ற சமயம், தண்ணீர் மட்டும் பாறையுடன் பேசிக் கொண்டிருந்தது; பட்டாம்பூச்சி போல, இங்கும் அங்குமாகச் சிறுசிறு உருளைக்கற்களைத் தொட்டு, நுரையின் சிறகடிப்புடன் நகர்ந்தது. இருட்டின் தொலைவிலிருந்து திடும் எனப் பூத்துக் கொண்டு, பாலத்தின் சாய்ந்த உயரத்தில் ரயில் கூவிக்கொண்டு பெரிதாகிப் பெரிதாகி நெருங்கி, ஓரே ஒரு வினாடியில் நிறைந்த பிரும்மாண்டத்துடன் நகர்ந்துவிட்டது.

'யப்பா' – சங்கரி, அப்பா முகத்தைப் பார்க்கையில் அப்பாவின் முகத்து ஜொலிப்பில் ஆறு தளதளத்து ஓடிக்கொண்டிருந்தது. அப்பா அழகாக அசையாதிருந்து, பாலத்தின் தடதடப்பை அடங்குவதற்கு அனுமதித்திருந்தார்.

"யம்மாடி... உங்க ரெண்டு பேரையும் ஆற்றுக்குக் குளிக்க ஒத்தையிலே அனுப்பித்துவிட்டு நான் பொழைக்கவா. பேசாமல் இப்படி நிழல்லே உட்காருங்க, ரெண்டு பேரும். தலையைச் சிக்கல் எடுத்துவிட்டு உனக்குப் பேன் பார்த்துவிடுதேன்." பேன் பார்ப்பதிலும் சிக்கல் எடுத்துத் தலைபின்னி விடுவதிலும் ஒரு மனுஷிக்கு என்ன சந்தோஷம் கிடைக்கும். ஆனால் ஆச்சிக்கு ஏதோ கிடைத்தது.

"ஒரு கொள்ளை முடியை வச்சுக்கிட்டு, ராசாத்தி இப்படியா அலைவாள்?" என்று ஆரம்பித்துவிடுவாள். ஆச்சி பின்னுவது, கெட்டியாக, எல்ட்டி குடுமி மாதிரி இருக்கும். பிடிக்கவே பிடிக்காது என்றாலும் அம்மாவிடம் கோபித்துக் கொள்ளும் போது ஆச்சி இருப்பது சௌகரியமாக இருந்தது சங்கரிக்கு. அம்மாவைப் பதிலுக்குத் திட்டவா முடியும். இப்படி ஏதாவது செய்துகொள்ள வேண்டியதுதான்.

இல்லாவிட்டால், சாப்பிடாமல் ஸ்கூலுக்குப் போய் விடலாம். ஒரு தடவை, அம்மா, சாப்பாடு டப்பாவை எடுத்துக்கொண்டு, ஸ்கூலுக்கே வந்துவிட்டாள். கூப்பிட்டு விட்டார்கள். வந்து பார்த்தால் ஸ்டாஃப் ரூம் பக்கத்துக் குட்டியூண்டு வேப்பமரத் தடியில் கமலாமேடமும் அம்மாவும் நின்று சிரிக்கச்சிரிக்கப் பேசிக் கொண்டிருந்தார்கள். 'சாப்பிடாமல் வந்துவிட்டாள்' என்று புகார் பண்ணிவிட்டுச் சிரிப்பு வேறேயா. சங்கரிக்கு பயமாக இருந்தது. 'என்ன ஷங்கரி, டிபன் பாக்ஸ் எடுக்க மறந்து போச்சா.' மேடம் கண்ணாடிக்குள்ளிருந்து கண்கள் சிரித்தன. கைகள் உச்சியை வருடிக் கொடுத்தன. அம்மாவும் மேடமும் க்ளாஸ்மேட்ஸ் மாதிரி மறுபடியும் பேச ஆரம்பித்து விட்டார்கள். அம்மா கையை மேடம் பிடித்திருந்தார்கள். அம்மா, வகுப்பிற்குள் நுழையும்வரை பார்த்து, சிறு அசைவில் சங்கரிக்கு டாட்டா காட்டினாள். நல்ல அம்மா.

"செடியெல்லாம் நிற்குதா, பட்டுப் போய்டுத்தா ஆச்சி." சங்கரி கேட்டுக்கொண்டே ஆச்சிவீட்டு நடையிலிருந்து நகர்ந்து, அந்த வளவிலேயே பெரிய வீடான அந்த வீட்டுக்கு முன்னால் வந்தாள். குடை பீட்டில் உயரத்தில் நிற்கிற போலீஸ்காரர் மாதிரி, ஆனித்திருவிழாவுக்கு ஊரில் பீமன் வருமே அதுபோல, உயரமாக ஏறிட்டுப் பார்க்கும்போது மேகம் தெரிகிறது போல வீடு இருந்தது.

உயரம் உயரமான இரும்புக்கம்பியும் கதவுமாக இருக்கிற அந்த வீட்டைப் பூட்டுவதும் திறப்பதுமான வேலையை அப்பாவே அநேகமாக ஏற்று வந்தார். சாவியும் அவ்வளவு பெரியது. பெருமாள்கோயில் பட்டர் நடை திறக்கக் கொண்டு போகிறமாதிரி இரண்டு இரும்புச் சாவியையும் வெளியில் போகும்போது எல்லாம் அப்பா கைக்குள் வைத்திருப்பார். சினிமாக் கொட்டகையில் பாட்டிலில் தட்டுகிறது போன்ற ஒரு சிறு பீங்கான் குரலுடன் அதை உரசிக்கொண்டேவர, அப்பா, சங்கரியைப் பார்த்தோ ராஜுவைப் பார்த்தோ சிரித்துக் கொள்வார். வேண்டும் என்றே சாவிகளை மோதவிட்டபடி மறுபடி சிரிப்பார். 'அப்பா, அப்பா, நான் கொண்டுவாரேன்' என்று ராஜு கையில் வாங்குவான். இறுக்கிப் பிடித்தால் எப்படிச் சத்தம் கேட்கும். மறுபடியும் சாவி அப்பா கையில் போனதும் சிணுசிணு என்று குலுங்கும். 'மேஜிக்!' அப்பா, சொன்னபடி ராஜுவின் கன்னத்தை, 'முட்டாள் பயலே' என்று கொஞ்சுவார்.

வீடு பூட்டித்தான் இருந்தது. தூசி என்றால் தூசி, சொல்ல முடியாத அளவுக்கு இருந்தது. அம்மா, பொங்கலுக்குப் போட்டிருந்த கோலத்துக்கு மேல் எல்லாம் புழுதி. கோலம் நேர்த்தியாக இருந்ததால் புழுதியும் அப்படியே ஒரு நேர்த்தி யுடன் இருந்தது. சங்கரி, அழிக்கம்பிகளுடன் முகத்தைப் புதைத்துக்கொண்டு குருவிக்கூடு தெரிகிறதா என்று பார்த்தாள்.

இங்கே மீட்டர் வைத்திருக்கிற பெட்டிக்கு மேல் ஒரு குருவிக்கூடு உண்டு. அந்தக் குருவிகூட சங்கரிக்கு சிநேகிதி இல்லை; அடுப்பங்கரைக்கு முந்தின அறையில் ஜன்னலை ஒட்டி மேஜையும் நாற்காலியுமாக இருக்க, அதன் நேர்மேல் வலது மூலையில்தான் சங்கரியின் குருவி இருக்கிறது.

'வ்வர்ர்ட்'என்று ஒரு சிறகுச் சத்தத்தில் வலை ஜன்னலில், இன்னொரு சத்தத்தில் மூலையில் தொங்கும் இரும்பு வளையம். அடுத்து பொந்துக்குள் கீச் கீச். 'அப்பா, ஸ்போர்ட்ஸ்லே ஓட்டப் பந்தயத்திலே ஓடறதுக்கு, ஸ்டார்ட் சொல்லறதுக்கு முன்னாலே இப்படித்தானே ரெடியா இருப்பாங்க'. சங்கரி காட்டுகிற குருவி வாயில் வைக்கோலுடன் சற்று உடலின் பாரம் அமுக்கி, எவ்வி மேலே பறப்பதற்கான ஆயத்தத்துடன் இருக்கும். அப்பா, புத்தகத்தைவிட்டு அகற்றாத பார்வையுடன் தலையை அசைப்பார். ஒரு கை மாத்திரம் நீண்டு இடுப்பை வளைக்கும். 'அப்பா, அந்தக் குருவிக்கூட்டுக்கு உள்ளே போய்ப் பார்க்கணும் போல இருக்கு'. சங்கரி, கழுத்தைச் சாய்த்துச் சொன்னதும், அப்பா கண்கலங்க, 'மேடம், இப்படி வாங்க' என்று கையைப் பற்றிக்கொள்வார். 'அப்பாவும் மகளும் ரொம்பத்தான் கொஞ் சாதீங்க' என்று அம்மா வருவாள்.

அம்மாவுக்கு சங்கரி இப்படியெல்லாம் பேசுகிறதில் சந்தோஷம்தான். ஆனாலும் வீடு முழுவதையும் குப்பை யாக்குகிற குருவியை அனுமதிக்க முடியுமா அதற்காக. சுத்தமும் நேர்த்தியும் அல்லவா முதலில். 'வைக்கோல் தும்பு சிந்தாமல் குருவியும், தென்னை நார் இல்லாமல் அணிலும் கூடுகட்டுவது என்பது நடக்கிற காரியமா. துப்புரவான காரியங் களுடன் மட்டுமேயான ஜீவனுள்ள அழகுக்கு எங்கே போக முடியும்.' அப்பா, அம்மாவுக்குச் சொல்லும்போது சங்கரிக்குச் சரியாக விளங்காது. ஆனாலும் சந்தோஷமாக இருக்கும். சதா கண்டித்துக் கொண்டிருக்கிற அம்மாவுக்கு எதிர்கட்சியாக அப்பா வாதிடுவதுபோல, 'அப்படி சொல்லுங்கப்பா' என்பாள். 'போட்டேன்னா' என்று அம்மாவும் எதையாவது பாத்திரத்தைத்

தூக்கிப் பொய்யாக ஓங்குவாள். அப்பா, சங்கரியை மேலும் தன்னோடு இறுக்கிக் கொள்வார்.

கம்பியோடு கன்னத்தை மேலும் அழுத்திக்கொண்ட சங்கரிக்கு என்னவோ செய்தது. துடைக்கத் துடைக்க அழுகையாக வந்தது. அம்மாவைப் பார்க்க வேண்டும் போல இருந்தது.

“ராஜு, வீட்டுக்குப் போவோமா” என்றாள்.

“கொஞ்ச நேரம் கழித்துப் போவோம்க்கா.” ராஜு, உமா வுடைய அப்பா சைக்கிளின் பின்சக்கரத்தை சுற்றிவிட்டுக் கொண்டே உட்கார்ந்திருந்தான்.

“வா, போவோம்.” சங்கரி, கண்டிப்பாகச் சொன்னாள். இவனை எதிர்பாராமல் கையில் ஞாபகமாகப் பையை எடுத்துக் கொண்டு வேகமாகப் படியில் இறங்கினாள். ‘ஒத்தையிலே விட்டுட்டுப் போய் விடுவாளோ’ என்று ராஜுவுக்கு பயமாக இருந்தது. “ஆச்சி, வாரேன்” என்று சொல்லிக்கொண்டே தெருவைப் பார்க்க ஓடினான்.

“என்ன, அதுக்குள்ளே புறப்பட்டாச்சு. சாப்பிட்டு விட்டுப் போங்க ரெண்டு பேரும்.” நிலைப்படிக்குச் சற்றுக் குனிந்த முகத்துடன் ஆச்சி வெளியே வரும்போது, சங்கரி ஒரு சிலை மாதிரி தெருவாசலில் நின்றுகொண்டு தூரத்து மலைகளைப் பார்த்துக் கொண்டிருந்தாள். புழுதியாகத் தெரு கிடந்தது.

“பூஞ்செடியையெல்லாம் பார்த்திட்டியா சங்கரி.” அது நிற்கிற கோலத்தைப் பார்த்ததும் ஆச்சிக்குத் தொண்டை யடைத்தது. அழுகிற சங்கரியை ராஜு ஏறிட்டுப் பார்த்துக் கொண்டிருந்ததைக் கண்டதும் குடலைத் திருகியது. ஆச்சி இறங்கி வருவது தெரிந்தது. அதைத் தவிர்ப்பது போல், சங்கரி, தம்பியை இழுத்துக்கொண்டு நகர்ந்தாள். கண்ணாடி வேறு போடவில்லையா, ஆச்சிக்கு வெயிலில் ஒரே திகைப்பாக இருந்தது. மேற்கொண்டு போக இயலவில்லை.

பூட்டிக் கிடந்த வீட்டை ஏறிட்டுப் பார்த்தாள் ஆச்சி.

வீட்டின் முன்னால் கருநீலப் பூக்களுடன் நிறையவே நின்றது. செடிகளுக்கு மனுஷனுடைய துன்பம் என்ன தெரியும். தண்ணீர் ஊற்றி வளர்க்கிற பிள்ளைகளுக்கு, அப்பா இருந்தாலும் இல்லாவிட்டாலும், அது ஒரே மாதிரித்தான் பூத்துக் கொண்டிருக்கிறது.

• ‘மீட்சி’ 25 - ஏப்ரல் / ஜூன் 1987

மதில் மேல் சேவல்

"அடேயப்பா, என்ன வாசம், வாழையிலை நறுக்கின மாதிரி..."

பிரஷ்ஷும் நுரையுமாக வாயைக் கொப்பளித்துக் கொண்டே கேட்டேன். தவளை, தண்ணீர்த்தொட்டியின் வடிகால்குழாயும் ஜலதாரையும் சேர்கிற அதே இடத்தில் இருந்தது. மூக்கு, படுபாவிக்கு... "நறுக்கணும்பா" என்று சொல்லிக்கொண்டே, சற்று முந்தித்தான் பின்வீட்டில் இரண்டு இலை வெட்டி யெடுத்துப் போனதைத் தெரிவித்தபடி, ஒரு தென்னை மரத்துக்கும் இன்னொரு தென்னைமரத்துக்கும் இடையில் கட்டின கயிற்றில், சேலையை உலர்த்திக் கட்டிக் கொண்டி ருந்தவள் திரும்பிப் பார்த்தாள்.

சேலைக்கு அந்தப்புறம் இருந்து அடித்த வெயிலில் சேலையின் நிறம் தீப்பற்றிக் கொண்டிருந்தது. சேலை மட்டும் அல்ல, காம்பவுண்டிற்கு அப்புறம் இருக்கும் இரண்டு – மூன்று வாழையின் இலைகள் தளதளவென்று வெயிலில் அசைந்தன. ஐப்பசி – கார்த்திகை மாதத்தில், மழையில் குருத்துவிட்ட இலையின் முற்றல்விழாத பச்சையில் வெயில் அப்பின அப்பலில், அந்தப் பக்கம் என் வீட்டுப் பின் நடையில் இருந்து பார்க்க அற்புதமாக இருந்தது. ஒன்றிரண்டு புளிய இலை மட்டும் ஒட்டியிருக்கிறது போல. அந்த ஒன்றிரண்டு இலைகளின் அடர்த்தியில் மற்ற முழு இடத்தின் மரகதமும் பட்டையிட்டு ஜொலிக்கிறது. வெறும் வாழையிலையை

இப்படிப் பார்த்ததற்கே குறுகுறுவென்றாகிவிடுகிறது. மூடு மூடாகத் தென்னை மரம். ஈரமும் சந்தோஷமுமாகத் தன் காரியத்தில் அமிழ்ந்திருக்கிற இவள் முகத்தில் வாய் கொப் பளித்துத் துடைக்காத ஈரம் அப்படியே இருந்தது. பற்பசை வாசனையை நாக்கு துளாவிக் கொண்டது. மதில்களைப் பார்க்கிற அந்த நேரம் வந்தது.

ஒவ்வொரு காலையும் இது தப்புகிறது இல்லை. வீடு, வீட்டின் நாலு பக்கமும் மதில்சுவர். தென்னைகள். மறுபடியும் வீடு, மதில்கள். பின்பக்கம் தென்னைகள். நடுவில் ஓட்டு வீடு. மறுபடியும் குறுக்கும் நெடுக்கும் மதில்கள். சராசரிப்பெண்கள் நின்றால், முகவாயை மதிலில் பதித்துக் கொள்ளலாம். பதித்துக்கொண்டே கருவேப்பிலை வாங்க வந்த கையோடு பேசலாம். வாசலுக்குப் போய்ப் பேசுவதைவிட, ஒருத்தர் வீட்டில் உட்கார்ந்து ஒருத்தர் பேசுகிறதைவிட, இப்படி அடுப் படியில் குழம்பு கொதிக்கிற வாசனைவர, காரண காரியமின்றிச் சற்றுநேரம் பேசிக் கொள்வதில் சிநேகிதமும் சந்தோஷமும் அதிகம். இவளுடைய முகமும் அர்ச்சன் அம்மா முகமும் மற்றெல்லாப் பொழுதுகளையும்விட மதில்களின் மேல் முகம் பதித்துப் பேசும்போது பிரகாசமடையும்.

மதில்களில், இது போன்ற மழைக்காலங்களில், ஒரு பாசி வாசனை அடிக்கும். அப்படியே குளிர்ந்து கிடக்கிற அந்தச் சுவருடன் உரசி நிற்கிற, அமுங்கிக்கொள்கிற தேகம், ஒருவிதமாக, நாமறியாத வகையில் புல்லரிக்கும். மேலும் பதிந்து கொள்ளும். இந்த மதிலில்தான் அப்படியே தவிர, எங்கள் வீட்டுக்கும் பின்வீட்டுக்குமான மதிலில் அப்படியல்ல.

அது வக்கீல் சார் வீட்டுக்கும் அடுத்து இருக்கிற எபனேசர் சார் வீட்டுச் சேவலுக்கென்றே பிரத்யேகமாக வளர்த்துவிட்டது போலிருக்கும். அது எச்சமிடாமலா இருக்கும்? எத்தனை தடவைதான் நடக்குமோ; எத்தனை தடவைதான் கூவுமோ. நான் பார்க்கிற நேரம் அநேகமாகக் காலைப் பொழுதாகத்தான் இருக்கும். எனினும், சதா அது தன் கொண்டையை ஆட்டிக் கொண்டும், சிறகுகளைச் சிலிர்த்துக்கொண்டும், தொண்டை நெரித்தது போல் ஒரு குரலில், ‘கொக்க...கோ...கோவ்’ என்று கேவல் இட்டபடியுமே இருக்கும். இந்த மதில் ஒரு ஊடுசுவர் போல, அர்ச்சன் அம்மாவீடு தாண்டி, எஸ்ப்பி. ஆர்.எம்.எல்.

செட்டியார் வீடு தாண்டி, ஊட்டச்சத்து மையம் தாண்டி, இப்படியே சிறு சிறு மடங்கல்களுடன் நெட்டுக்குப் போகும். ஆனால் இந்தச் சேவல் சரியாக எங்கள் வீட்டுக்குப் பின்னால் உள்ள மதில் எவ்வளவு நீளமோ அவ்வளவு மட்டும் சென்று திரும்பி மறுபடி எபனேசர் மாமா வீட்டு ஆரம்பம்வரை போகும்.

எபனேசர் மாமா வீட்டு மாட்டுத்தொழுவத்தின் சாணி நாற்றம் தாங்கமுடியாமல் மூக்கைப் பொத்திக்கொண்டு ஓடியே வருவது போலத்தான் சேவல் திரும்பி வருகிற தினுசும் இருக்கும். அதென்னவோ எபனேசர் மாமா வீட்டில் மட்டும் அவ்வளவு வாடை.

கின்னிக்கோழி ரெண்டு, வான்கோழியில் நாலு, ஏழெட்டு நாட்டுக்கோழி, மூன்று பசு, காணும் காணாததற்கு லாப்ரடார் சந்ததியின் வழிதப்பின அடையாளத்துடன் இருக்கிற, சதா இணைந்து நாக்கைத் தொங்கப் போட்டுக்கொண்டு, கிணற்றுத் துவைகல் அடி ஈரத்தில் படுத்து இறைச்சி சாப்பிட்டுவிட்டு எலும்பைக் கடித்துக் கொண்டிருக்கும் கிழட்டுத்தனமான கறுப்பி வேறு.

எபனேசர் மாமா வீட்டு அத்தைக்கு இத்தனையும் கவனித்து மாமாவையும் கவனித்துக்கொள்ள நேரம் இருந்திருக்க வேண்டும். மலைமலையாக மூன்று பெண்பிள்ளைகள். அச்சில் அடித்ததுபோல், நீலநிற ஈறு தெரிகிற பல் வரிசையுடன் அழகாய்ச் சிரிக்கும். ஷட்டில்காக் முன் பக்கம் விளையாடும். மஸ்லின் ஸ்கார்ஃப் கட்டிக்கொண்டு சர்ச்சிற்குப் பிரார்த் தனைக்குப் போகும். நடுவுள்ளவள் கோழியைத் தேடிக்கொண்டு ஒன்றிரண்டிற்கு மேற்பட்ட தடவை எங்க வீடு, அடுத்த வீடு என்றெல்லாம் வந்திருக்கிறாள். கோழி தேடி வருகிற நேரம், அநேகமாக, இருட்டிவிடுகிற பொழுதாகவும், முற்றிலும் இருட்டாததால் மின்விளக்குகள் பிரகாசக் குறைவுடனாகவும் இருக்கும். கத்திரிப்பூக் கலர் பாவாடைக்கும் இந்தக் கோழி தேடுவதற்கும் என்ன சம்பந்தமோ? அவள் அதே நிற உடையுட னேயே வந்திருக்கிறாள். ஒவ்வொரு தடவையும், 'போவ்.. போவ்' என்று அவள் கோழிக்குஞ்சை விரட்டுவதும், இந்தச் சுவர் தாண்டி அடுத்தவீட்டுத் தோட்டத்தில் குதித்து அலைவதுவும், அங்கிருந்து தப்பி, 'தாங்க் யூ அங்க்கிள்', 'தாங்க்

யூ ஆன்ட்டி' என்று ஏதாவது சொல்லிவிட்டு ஓடுவதும் சுவாரசியமானது.

இன்றைக்கு என்னமோ அப்படி யாரையும் காணோம். அந்தச் சேவலையும்கூடக் காணோம். வாழையிலை நறுக்கின வாசம் மட்டும் இன்னும் வந்தது. மதிலுக்குப் பின்பக்கம் இருக்கிற வாழை ஒன்றிலிருந்து தாட்டு இலையாக ஒன்று – இரண்டு வெட்டப்பட்டு, வெட்டப்பட்ட இலையின் காம்புகள், கோழி இறைச்சிக் கால்கள் மாதிரி சீவப்பட்டு நின்றன, துவர்ப்பான கசிவுடன்.

“மலேயாக்காரங்க வந்திருக்காங்க” என்று சொல்லிவிட்டு, கொடியில் மாட்டியது போக, மிஞ்சின க்ளிப்புகளும் வாளியுமாக இவள் உள்ளே நகர்ந்தாள்.

சட்டென்று, எப்போதும் அடைபட்டிருக்கிற அந்த அழகான ஓட்டு வீட்டைப் பார்த்தேன். பாசியும் ஈரமுமாக ஒரு அடக்கமான அழகுடன் தென்னங்கீற்றுகளுக்கு நடுவில் துண்டாக அந்த வீடு இருந்தது. உறுதியான மரக்கதவு ஒருக்களித்திருக்க, இதுவரை இங்கே பார்த்துக்கொண்டிருந்த ஒரு முகம், உள்வாங்கினது போல் இருந்தது.

எப்படியும் மறுபடியும் வரும் என்று காத்திருந்தபோது, திடீரென்று வீரியமுற்றதுபோல், எபனேசர் மாமாவீட்டுச் சேவல், நகங்களை அகலமும் திடமுமாக வைத்து மதிலின் மேல் நடந்து வந்தது. பெருத்த இடைஞ்சலைப் போல, அது நின்ற இடம், அனைத்தையும் பார்வையில் இருந்து மறைத்தது. ரொம்ப நேரம் நின்றது. பொறுமையின்றிச் ‘ச்சோ’ என விரட்டினபோது, வாயைப் பொத்தின ஒரு சிரிப்புக் கேட்டது. சத்தம் மின்னல்போல எனக்குள் இறங்கியபோது, கதவு, நாதாங்கிக் குலுக்கலுடன் மூடிக்கொண்டது.

வீட்டிற்குள் நுழைந்த நேரம் காலனியில் மின்சாரம் போயிருந்தது. ஒரு சிறு அகலுடன் இவள் உள்ளிருந்து வந்து, இணைப்புக் கதவின் பூட்டைத் திறந்து, என்னை மட்டும், நிழலைப் பின் உதறிவிட்டு, நுழைய அனுமதித்து, மறுபடி கீச் என்று பூட்டி, ஜன்னல் விளிம்பில் இருந்து விளக்கை எடுத்துக்கொண்டு, ‘பயந்தூணி’ என்று அவள் பின்புறமாகவே போய், விளக்கு மாடத்தில் வைக்குமுன்பே, இடுப்பைக் கிள்ளிச் சேர்க்கையில், இதுவரையில் அறியாத

ஒரு வாசனை அவள் பிடரியில் இருந்து புறப்பட, பிடரியில் மட்டுமில்லை என்றான நிலையின் கிறக்கத்தில், கதவு திறந்து வைத்த பூஜை அலமாரியின் ஒற்றை வெளிச்சம், படத்திலிருந்து புரண்டு விழுந்து சூல்முடி அசைத்துக் கிடக்கிற செம்பருத்திப்பூ மடங்கல், அவசரத்தில் சுருக்கமாக இட்ட கோலத்தின் சுருக்கமே நெருக்கமாகி அழகு பிரவகிக்க–

“இன்றைக்கு என்ன ஆயிற்று இத்தனை ஆவேசத்துக்கு” என்று நெகிழ்ந்த குரல், கைப்பின்னுக்குள்ளிருந்து, கழுத்துப் புதைவுக்குள்ளிருந்து வெதுவெதுப்பாகக் கேட்டது.

இதுவரை அறியாத வாசனையுடன், வேர்வையும் ஈரமுமாக ஆளைக் கவ்வி புதர்புதராக, இன்னொரு வாசனை அலைந்தது. நிலவு மட்டும் அசையாது கிடக்கிற புல் வெளியில் உருட்டியது. சப்தமற்று மிக அற்புதமாக இருட்டினை வருடி வருடி வன மெங்கும் ஓடியது. ஒன்றின் மேல் ஒன்றாக உதிர்ந்துகொண்டே யிருந்தது. ‘இரவெல்லாம் உதிரும் தளவாய் ஹவுஸ் நாகலிங்கப் பூ’ சட்டென்று வெடித்த ஞாபகத்தின் அருவிச் சிதறலில், நாக்கு வறண்டது. விரல்கள், பூப் பொறுக்கின.

தளர்ந்த கூந்தலை அள்ளிச் செருகிக்கொண்டு, “சாயங் காலம் மலேயாக்காரங்க வீட்டு அம்மா வந்திருந்தாங்க. பேச்சுத் துணைக்கு ஆள் இல்லேண்ணு ரொம்ப நேரம் பேசிக்கிட்டு இருந்தாங்க. அவங்கதான் போகும்போது, வச்சுக்குங்கண்ணு இந்த சோப்பைக் கொடுத்துட்டுப் போனாங்க. அதைப் போட்டுத்தான் குளிச்சேன்...” நான் அப்படியே கிடந்தேன். என் முகத்தின் மேல் முகம் இறங்கி ஒற்றி ஒற்றி எடுத்துக் கொண்டிருந்தது. மூச்சு இழுத்து நீளமாக நுகர்ந்தது. கை நொறுங்கப் பற்றிக் கன்னத்தில் பொதிந்து கொண்டது. மிக அடர்ந்து வெளியே மழை பெய்யத் துவங்கியிருந்தது.

●

காலையிலும் மழை மிச்சமிருந்தது. ‘அடைமழை விட்டாலும் செடிமழை விடாது’. மரமும் இலையும் சொட்டிக் கொண்டி ருந்தது. மண்புழு, செம்மண் தரையில் துளையிட்டிருந்தது. குப்பை கொட்டுகிற மூலையில் குடைக் காளான். மதிலின் மேல் சேவல் இல்லை. மாடியில் தங்கின தண்ணீர், பக்கத்து வீட்டில் இன்னும் கொட்டிக் கொண்டிருந்தது. சருகுகள்

அழுகின வாடை. எல்லாம் மனம் நினைத்துக் கொள்கிறது. நினைத்து நினைத்துப் பூக்கிறது.

கைகளைக் கட்டிக்கொண்டு அப்படியே நிற்க நிற்க, நினைவு அழிந்து போகிறது. சோவென்று தென்னைமட்டை ஒன்று உதிர்கிறது. தட் என்று மண்ணில் மோதி அதிர்கிறது. சப்தம் திரும்பிப் பார்க்கச் சொல்கிறது. இந்த வீட்டில் அல்ல. பின்வீட்டில். 'மலேயாக்காரங்க' வீட்டில்.

ஒரு கன்றுக்குட்டியை இழுத்து வருகிற பதினேழு வயதுப் பெண்பிள்ளை போல, அந்தத் தென்னை ஓலையை விழுந்த இடத்திலிருந்து அந்தப் பெண் இழுத்து வந்து கொண்டிருக்கிறது. மழையின் ஈரத்துள் எல்லாம் அடங்கியிருக்கிற ஒரு அழகின் மையத்திலிருந்து புறப்பட்டு நெருங்கி நெருங்கி வருவது போல் அந்த முழு உருவமும் வருகிறது. தோளின் அளவில் படர்கிற அளவே கத்தரித்து விடப்பட்ட, இழை இழையாகச் சுருண்டு விசிறியிருக்கிற கூந்தலை, வெறும் கழுத்தை அசைப்பதன் மூலமாக மட்டும் ஒதுக்கிக்கொள்ளும் போது, மூக்குத்தியின் ஒற்றைக்கல் பூரித்தது. சாயம் பூசின உதட்டு மடிப்பின் மேல் முன்பல் அழுந்தி, தெரியாத ஒரு சிறு பூவின் காம்பைக் கவ்வினது போல, ஒரு இளம் சிரிப்பை அதனிடத்தில் வைத்திருந்தது. ஒரு குறிப்பிட்ட வினாடியில், ஒரு கற்றை வெயில் பாய்ந்து விலகுகையில், விசிறின ஒரு பக்கத்து முடியின் சிலிர்ப்பில் ஒவ்வொரு சுருளும் விம்மியது.

மழைநாள்களுக்கு இங்கு யாரும் அணிய முன்வராத பால் வெள்ளையில் கரு நீலப்புள்ளிகள் இட்ட ஒரு இரவு நேர உடை அது. இதமான வெள்ளை. இதமான கரு நீலம். தென்னங்கீற்றின் கனத்தில் வலது கை பின் மடங்கியிருக்க, உடம்பின் திரட்சியெல்லாம் முன்னேறி வருகின்றன. இடது கை முழங்கால் வரை இறங்கியிருந்த அந்த உடையைச் சற்றே உயரத் தூக்கியிருந்த, ரப்பர் செருப்பு அணிந்த பாதங்களுக்கு மேல் முழங்கால்கள் புரண்டு புரண்டு வந்தன.

செலுத்தப்பட்டது போல், நான் ஒரு எட்டு முன்னால் போய், கற்கள் முண்டுகிற அந்த மதிலினை ஒட்டி நின்றேன். இன்னும் இழுக்கப்பட்டு வருகிற தென்னங்கீற்றுடன் அந்த முகம் சட்டென்று மலர்ந்தது. பிரகாசித்தது. முழு உடம்பும் சிலிர்த்து ஒடுங்கிற்று. என்னை மறுபடி பார்த்துக் கனிந்தது. கும்பிட்டது. 'ஹலோ' என்றது.

யாரோ விரட்டியதுபோல, மதிலின் மேல் அந்தச் சேவல் பரபரப்பாக சிறகுகளை விசிறி விசிறி அடித்துக்கொண்டும், குரலிட்டுக்கொண்டும் வர, ஒரு ராட்சசப் பறவையின் பொன் வண்டு வண்ண இறகுகளால் அறையப்பட்டது போல, நான் மதில்சுவரோடு அப்படியே சரிந்தேன்.

•

“இப்படியா ஆளைக் கண்ணு முழிக்க விடாமல் ஒரு காய்ச்சல் வரும்? மழைக்காய்ச்சல்னா ரெண்டு நாள் – மூணுநாள் இருக்கும், சரியாய்ப் போகும். இப்படிப் பத்து நாள்களாக வந்து படுத்துக் கிடந்து, மனுஷியைப் பயங்காட்டுவீங்கண்ணு யாரு கண்டா. மழை என்னடா என்றால் அடைச்ச கதவு திறக்க விடாமல் கொட்டுது. நீங்க என்னடா என்றால் பேசுகிறதுக்குக்கூட ஆவியில்லாமல் குலைப்பட்டினியாக் கிடக்கிறீங்க.. போதும்ப்பா சங்கடம்.” தலைக்குள் விரலைக் கொடுத்து அளைந்துகொண்டே, பாத்திரத்தில் இருக்கிற வென்னீரில் சிறு டவலை நனைத்து உடம்பு முழுவதையும் துடைத்துவிட்டுக் கொண்டிருந்தாள். தலையை வருடின விரலை அவ்வப்போது பிடித்துக் கடிக்கக் கடிக்க, விரல்கள் தப்பித்து மறுபடி மறுபடி தலையை அளைந்துகொண்டே இருந்தன.

“ஊருக்குப் போகிறதுக்கு முந்தி, அவங்ககூட வந்து உங்களைப் பாத்துட்டுப் போனாங்க.”

போர்வைக்குள் இருந்த உடம்பு சட்டென்று எம்பி, கைகளின் பாளா மடங்கலில் தலையணையில் சாய்ந்து கொள்ள,

“யாரு மலேயாக்காரங்களா?” என்று பதற்றமாகவும், இழந்துவிட்டது போலவும், அடைந்துவிட்டது போலவும் ஆன வெவ்வேறு உணர்ச்சிகளுடன் என் குரல் வந்தது. சற்று அதிகமாகவே சிரித்தது போலவும் இருந்தது.

“தன் பிரக்ஞையே இல்லாததுமாதிரி இல்லையா நீங்க கிடந்தீங்க. பச்சைப்பிள்ளையைப் பார்க்கிறமாதிரி, உங்க நெற்றியில கையை வச்சு அவங்க பார்க்கும்போதுகூட உங்களுக்கு கண்ணு முழிப்பே இல்லையே.” இவள் சொல்லிக் கொண்டே தன்னுடைய கையை என் நெற்றியில் இப்போது

வைத்து எடுத்துக்கொண்டாள். அதை அப்படியே சேர்த்து அமுக்கிக்கொண்டபோது கண்ணீர் பெருகியது.

அமுக்கின கையையே இறக்கிப் பக்கவாட்டில் நகர்த்தி, அந்தக் கையாலேயே வழிந்த நீரைத் துடைத்து, துடைத்த உப்புக் கரிப்புடன் உதடு ஒற்றி முத்தமிட்டபோது, உள்ளங் கையின் வெதுவெதுப்புடன், அந்த சோப்பின் வாசனையும் சேர்ந்து அடித்தது. ஜுரத்தில் வெடித்துத் தோல் உரிந்த உதடுகள் பிசிறு பிசிறாகக் காய்ந்து விரிந்து ஈரம் கொள்ள, அவளுடைய உள்ளங்கையைப் பற்றியபடி இருந்த நேரம் அந்த ரேகைகளைப் போல அழகானது. அமைதி நிரம்பியது.

அனைத்தும் அமைதியில் இருக்க, மதில்மேல் செல்கிற சேவலின் சப்தம் கொஞ்சம் கொஞ்சமாகக் கேட்க ஆரம்பித்தது, காதருகில் பிரும்மாண்டமடைந்தது. சுவரின் கடைசிவரை போய்விட்டு அது திரும்பி வரும்போது பார்க்கவேண்டும் போல இருந்தது. மிகுந்த பிரயாசையுடன் பார்க்கையில் மதில்சுவர் மட்டும் தெரிந்தது.

● 'தாய்', ஜனவரி 1989

அவனுடைய நதி அவளுடைய ஓடை

ஐந்து விரலும் ஒன்றுபோல் இருக்குமா, இருக்காதுதான். அப்படி இருக்கும்போது ஐந்து குடும்பத்தையும், அந்த ஐந்து குடும்பத்துப் பெண்களையும் பற்றிக் கேட்க வேண்டியதில்லை. கட்டையோ நெட்டையோ, அடுத்தடுத்து இருக்க வேண்டிய திருக்கிறது. கடித்துக் கடித்துத் துப்பி எப்போதும் கொறு வாயாக இருக்கிற பெருவிரலிடம் கோபித்துக்கொண்டு சுண்டு விரல் எங்கே போய்விட முடியும்? ஏதோ ஒரு நிர்ப்பந்தம், ஏதோ ஓர் அனுசரணை என்றுதான் எல்லாம் போய்க் கொண்டிருக்கிறது.

வீட்டுச் சொந்தக்காரர்களான முதல் வீட்டு அம்மாவைத் தவிர எல்லோரும் அவரவர் வீட்டு ஆணினுடைய உத்யோக மாறுதலுக்கு ஏற்ப வந்து போய்க் கொண்டிருக்கிறவர்கள்தான். நிரந்தரம் இல்லை என்பதற்காக அதிகம் ஒட்டிக்கொள்ளாமல் இருக்கிற ஒதுக்கமும், தற்காலிகம்தானே என்பதால் இருக்கிற பொழுதுக்கு அதிகம் உண்மையாக இருப்போம் என்று ஒரு சுலபமும் தெரிய, ஒரு சூட்சுமம் பிடிபட்ட உற்சாகத்துடன், வந்த இரண்டாம் நாளே தயக்கமும் கூச்சமுமாக இப்படித் தெருவாசல் பக்கம் பேசுவதற்கு உட்கார ஆரம்பித்தால், அப்புறம் வீட்டைக் காலிசெய்து போகிறவரை ஆஜர் தப்பு கிறதில்லை.

காரைக்கால் எங்கே இருக்கிறது, டூப்ளேக்ஸ் தெரு எங்கே கிடக்கிறது. அங்கே போய் உட்கார்ந்துகொண்டு மாகி அக்கா காகிதத்துக்குக் காகிதம், ‘அங்கே தினசரி மீட்டிங் நடக்கிறதா, என்னைப் பற்றியும் ஃபிரான்சிஸ் பற்றியும் இன்னும் வம்பு பேசுகிறீர்களா’ என்று எழுதுகிறாள். ஃப்ரான்சிஸ் வேறு யாரும் இல்லை. மாகி அக்காவின் கணவர்தான். ஆனால் கொஞ்சம் அன்னியோன்யமான கணவர். கூச்சநாச்சம் கம்மி. இதைவிட வெளிப்படையாக என்ன சொல்ல முடியும். அப்படி இருந்த தாலேயே மாகி அக்கா பேச்சு ஒரு நாளைக்கு நாலுதரமாவது வரும். அவளுக்கும் அதில் சந்தோஷம்தான் போல. இல்லா விட்டால் தென்னங்கீற்றுகள் பக்கத்து வீட்டுக் காம்பவுண்டில் சிலிர்த்து வீசும்படியாக அப்படி உருண்டுருண்டு யாராவது சிரிக்க முடியுமா?

இந்தச் சிரிப்பை அந்த இடத்தில் யார் ஆரம்பித்து வைத்தார்கள் என்று தெரியவில்லை. யார் போனாலும் வந்தாலும் அந்த இடத்தின் கண்ணுக்குத் தெரியாத ஒரு ஊற்றிலிருந்து சிரிப்பும் குதூகலமும் பொங்கிப் பீறிட்டுக் கொண்டிருக்கிறது. ஒரு பென்ஸ் வண்டி மாதிரி க்ஹ் என்று அடித்தும்மலாக மூக்கால் சிரிப்பதோடு தன் சந்தோஷத்தை நிறுத்திக்கொள்கிற அற்புதம்கூட, இப்போது வாய்விட்டுச் சிரிக்க ஆரம்பித்துவிட்டாள். அதுவும் எப்படி? பக்கத்தில் இருக்கிறது யாராக இருந்தாலும், அவர்களுடைய தோளில் ஒரு அறை கொடுத்து, அப்படி அறைந்த கையோடு தோள் பட்டை புஜத்தின் பக்கம் பற்றி நெருக்கி முகத்தைக் கூந்தலோடு சாய்ந்து சிறிது இருந்து, சந்தோஷத்தை முற்றிலும் அவள் தோளில் ஒரு கிளியை விடுகிற மாதிரி அப்படியே சற்று இருப்பாள்.

பாங்க் வீட்டு அம்மாவுக்குச் சிரிப்பு எப்படி தெரியுமா? நின்றுகொண்டிருந்தாலும் சரி, உட்கார்ந்து கொண்டிருந்தாலும் சரி, மலர மலரச் சிரிக்க ஆரம்பித்து கழுத்து பின்னுக்குச் சாய்ந்து, சாய்ந்த கதியிலேயே முன்னுக்கு வந்து, அதை ஏந்துவதற்குத் தயாராக இருக்கிற இரண்டு கைகளிலும் புதைந்து கொள்ளும். தீபம் ஏந்துகிற, முழங்கால் மடித்து உட்கார்ந்து தாமரைப்பூ தாங்குகிற நீண்ட நீண்ட நகங்களும் விரல்களுமாக இருக்கிற சித்திரப் பெண்களுடையது போன்ற ஒல்லியான உள்ளங்கைகளில் அந்தச் சந்தோஷமான முகம்

அப்படியே அமிழ்ந்து கிடக்கும். நிமிரும்போது கண்கள் கசிந்து நிற்கும். கசிவைத் துடைக்கிறபோதே முகம் இன்னோர் சிரிப்புக்கு மல்லாந்து கொள்ளும்.

ஈஸ்வரிக்கும் இதெல்லாம் பிடித்துத்தான் இருந்தது. முதலில், என்ன இப்படி வெட்கமில்லாமல் நாலைந்து பேராக உட்கார்ந்துகொண்டு விழுந்து விழுந்து சிரிக்க இருக்கிறது என்றுதான் பட்டது. தான் உண்டு தன் வேலையுண்டு, தையல் மெஷின் உண்டு, கதைப்புத்தகம் உண்டு என்று முந்தின ஊர்வரை பழகிவிட்டவளுக்கு முதலில் இதுவெல்லாம் கொஞ்சம் புரியத்தான் இல்லை. புரிகிறது என்கிற காரியத்திற்கு நிமிஷக்கணக்கா இருக்கிறது? தலைவலி விடுகிற மாதிரி சட்டென்று இந்தச் சந்தோஷம் எவ்வளவு இயல்பானது என்று ஒரு புள்ளியில் விளங்கியது. அப்படி விளங்கியது என்றைக்கு என்று சொல்ல முடியாவிட்டாலும், ஈஸ்வரியும் அவர்களோடு ஆளாக அப்படித் தெரு நடையில் உட்கார்ந்து பேசின தினம் சரியாக ஞாபகம் இருந்தது.

அதற்கு முந்தின தினம்தான், சாயுங்காலம் வந்து கழற்றிப் போட்ட குழந்தைகளின் யூனிபாரத்தைத் துவைத்து, பச்சையும் வெள்ளையுமாகக் கொடியில் ஈஸ்வரி உலர்த்திக் கொண்டிருக்கிறாள். இருட்டப்போகிற நேரம். அதற்குள் அங்கே வாசல் பக்கம் இருந்து சிரிப்பு அள்ளுகிறது. 'சை, போங்கப்பா' என்று அந்த மாகி அக்கா ஒரு அந்தரங்கமான கிண்டலுக்குச் சிணுங்குவது கேட்டது. தான் இப்படி ஈரத்துணியும் கையுமாக வீட்டோடு மல்லாடும்போது, அந்தச் சிணுக்கம் அலுப்படைய வைத்தது. சிறு ஆத்திரம் கொண்டு, 'அப்படி என்ன சிரிப்பு வேண்டிக் கிடக்கிறது' என்பது போல, அவள் எட்டி அவர்களைப் பார்த்தபோது தான் அது நிகழ்ந்தது.

ஈஸ்வரியின் கணவன் சைக்கிளைத் தள்ளிக்கொண்டு வாசல் பக்கம் வந்ததும், அவர்களின் சிரிப்பு முற்றிலும் நின்றது. நெகிழ்ந்தது போல அவரவர் வசத்தில் தரையில் உட்கார்ந்திருந்தவர்கள் ஒரு மரியாதையுடன் எழுந்து நின்று கொண்டார்கள். ஈஸ்வரியின் கணவன், இந்த உலகத்தில் அவனும் அவனுடைய சைக்கிளும் மட்டுமே இருக்கிறது போன்ற முடிவுடன், குனிந்தபடி யாரையும் பாராமல் மேலும்

சைக்கிளை உருட்டினான். சைக்கிள் ஜிடிஜிடி என்று ஒரு தணிந்த குரலிட்டு நகர்ந்து அந்த இடத்தின் சுத்தத்தின் மேல் செம்மண் உதிர்த்துக்கொண்டு போகிற வரை, அப்படியே தங்கள் தங்கள் பக்கத்துச் சுவருடன் ஒண்டிக்கொண்டார்கள்.

ஈஸ்வரிக்கு அவர்கள் அப்படி நடந்துகொண்டது மிகவும் பிடித்திருந்தது. சதா ஏதாவது கை வேலைக்கே தன் ஓய்வு நேரம் முழுவதையும் கொடுத்துவிடுகிற ஷகிலா அம்மாவின் பக்கம், அவர்கள் வைத்திருந்த மிக நேர்த்தியான பீங்கான் கும்பாவில் இருந்து ஈஸ்வரியின் கணவன் வந்த அவசரத்தில் எழுந்ததில் ப்ளாஸ்டிக் பாசிகள் சிதறியிருந்தன. அந்தச் சிதறலை அள்ளாமல் அப்படியே அனுமதித்து நின்ற சுபாவம் ஈஸ்வரிக்குச் சம்மதமாக இருந்தது.

‘எல்லோரும் எதுக்கு வீணாக எழுந்திருக்கிறீங்க? சைக்கிள் போகிறதுக்குத்தான் தாராளமா நடுவிலே இடமிருக்கே’ என்று அவர்கள் அவளுடைய கணவனுக்கு வழிவிட்டு ஒதுங்கிநின்ற நேரத்தைச் சிலாகித்துக்கொள்வது போலச் சொன்னாள். சொன்னது மட்டுமில்லாமல், மறுநாளிலிருந்து அவளும் அந்த நாலு பேரோடு ஐந்தாவதாகச் சேர்ந்தும் கொண்டாள்.

ஒவ்வொரு தடவையும் அவர்கள் அப்படிக் கேலியும் கிண்டலுமாகச் சிரிப்பதும், ஒரு நதியைப் போலத் துள்ளிக் குதித்து ஓடிக்கொண்டிருக்கிற அந்த சந்தோஷத்தின் வெள்ளம் ஈஸ்வரியின் கணவன் சைக்கிளைத் தள்ளிக்கொண்டு வருவதைப் பார்த்ததும் உடனடியாகத் தொடங்கி, அடங்குவது மட்டுமன்றி, அப்படியோர் வெள்ளமோ ஆறோ இரண்டாகப் பிளந்து அவருக்குப் புராணத்தில் வருகிற மாதிரி வழி விடுகிறதும், ‘நீங்க இருங்க, அவங்க பாட்டுக்கு அவங்க போவாங்க’ என்று ஈஸ்வரி அவர்களை அமர்த்துவதும், அமர்த்துவதை பொருட்படுத்தாமல் அவர்கள் எழுந்த கையோடு கொஞ்சம் நின்றபடியே பேசிவிட்டு அவரவர் வீடுகளுக்குத் திரும்பிவிடுவதுமாக இருந்தது.

அப்படி ஈஸ்வரி உள்ளே திரும்பி வரும்போது, இங்கிலீஷ் பேப்பர் காலையில் விட்ட இடத்திலிருந்து பத்தி பத்தியாகச் சரசரக்கும். வீட்டுப்பாடம் எழுதுகிற குழந்தை தலையை வருடினபடி நிலக்கடலை கொறித்து ப்ளாஸ்டிக் தட்டில்

தோலும் அச்சுவெல்லத் துண்டும் மிஞ்சும். அன்றைய உற்சாகத்திற்கு ஏற்ப பாரதி பாட்டோ, லால்குடி தில்லானாவோ, பிரதமர் மறைந்த தினத்தில் பதிவுசெய்யப்பட்ட அற்புதமான சாரங்கியோ 'தலையைக் குனியும் தாமரை'யோ கேட்கும்.

"ஏ... அப்பா. நீங்க வந்தால் ராஜ மரியாதையால்ல கிடக்கு, வாசலே எந்திரிச்சு நின்னு வாயைப் பொத்துது." ஈஸ்வரி நிற்காமல் சொல்லிக்கொண்டே போய் தேயிலைத்தூள் பாட்டிலை எடுக்கும்போது,

"யானைக்காலு வீக்கத்தைப் பார்த்து யானைன்னு நினைச்சுக்கிட்ட கதை தெரியுமா உனக்கு" என்று மாத்திரம் அவன் சொல்வான். அவன் காதுபடவே வாசலில் இருந்து அவரவர் வீட்டுக்கு நகர்வது கேட்கும்.

ஒரு வாசலை நோக்கி மெட்டி துள்ளிக்கொண்டு போகும். "வீட்டுப்பாடம் சொல்லிக் கொடுக்கணுங்க" என்று இன்னொரு குரல் வீடு திரும்பும். மாகி அக்கா மட்டும் எதையாவது இவன் காதில் விழட்டும் என்ற சப்தத்துடன், 'யாருக்கு வீட்டுப் பாடம்' என்பது போலச் சொல்லிக்கொண்டு போவாள்.

உலகில் எப்படி எப்படியெல்லாம் தன்னை வெளிப்படுத்திக் கொள்கிறார்கள். பூனைக்குட்டி, நூல்கண்டு கவ்வுகிறது மாதிரி எதில் எதில் எல்லாம் மனிதர்களுக்குச் சந்தோஷம். இன்னது என எழுதிப் பெயரிடாமல் உலகில் என்னென்ன சங்கீதம் எல்லாம் ஒருத்தரிடமிருந்து ஒருத்தருக்கு வாசிக்கப்படுகிறது. சின்ன ஆப்பிள் கிண்ணத்தில் நான்கே நான்கென்று சுடச்சுட வருகிற இனிப்பு ஈஸ்வரிக்குத்தானா. பிரம்பு நாற்காலியில் உட்கார்ந்துகொண்டு எதிர்த்த வீட்டுக்காரர் மூன்றாம் வீட்டுப் பெண்குழந்தையை நர்சரிப் பாட்டு சொல்லச் சொல்லி பாராட்டுவது அந்தக் குழந்தைக்கு மட்டும் போய்ச் சேரத்தானா. புதிய புடவையின் இன்னொரு முகம் சற்று அதிகச் சுதந்திரமாகக் கண்ணில் படும்படி உரக்கப் பேசி நிற்பது வெறும் புதுப்புடவைச் சந்தோஷம்தானா. பட்டுப் போல் இப்படி எத்தனை இழை, எத்தனை பின்னல், எத்தனை நெசவு ஒவ்வொன்றிலும்.

"மற்ற வீட்டு ஸார் எல்லாம் எப்ப வராங்க". தேநீரை உறிஞ்சிக்கொண்டே அவன் கேட்டபொழுது, மற்ற வீட்டு

ஆண்கள் வருகிற போகிற நேரத்தைத் திட்டமாக அறிந் திருப்பதும் அதை வெளிப்படுத்துவதும் தகாதது என்கிற ஜாக்கிரதையுடன்–

"யாரு கண்டாங்க, ஆண் பிள்ளைகள் வருகிறதும் தெரியலை, போகிறதும் தெரியலை. ஸ்கூட்டர் சத்தம் கேட்டால் ஷகீலா அப்பா, பாஸஞ்சர் ட்ரெய்ன் வந்துட்டுதுன்னா மேல வீட்டுக்காரரு, சினிமாப் பாட்டுக் கேட்டால் மூணாவது வீட்டுக்காரருன்னு தெரிஞ்சுக்கிட வேண்டியதுதான். அதைத் தவிர முகத்தைக் கண்டோமா முழியைக் கண்டோமா. சொல்லப்போனால், நீங்க ஒருத்தர் தான் பகலும் இல்லாம, இருட்டும் இல்லாம இப்படி ஆறு – ஆறரைக்கு வர்றவங்க. அதுக்குத்தான் இந்த மரியாதை". ஈஸ்வரி, தேநீர்த் தம்ளரை வாங்கிக்கொள்வதற்கு ஒரு கையை நீட்டியபடியும், பின்தலையுள் விரல் கொடுத்துச் சொறிந்து கொள்கிற இன்னொரு கையுமாகச் சிரித்தாள்.

ஈஸ்வரி அப்படிச் சொல்லச்சொல்ல, சிரிப்பும் துள்ளலுமான ஒரு நதி பிரும்மாண்டமாக அசைந்தசைந்து நுரை தெளித்துத் தளும்பிச் சட்டென்று அப்படியே உறைந்து பாறையாவது போலத் தெரிந்தது. பின்னணி சங்கீதம் முற்றிலும் நிறுத்தப் பட்டு, ஒரு அகலத்திரை முழுவதும் ஒரு சுழன்ற நீரோட்டத்தின் உறைவு. நுரையின் குமிழ்கள் உறைந்து, மிதந்து வந்த பூ உறைந்து, மீன் குஞ்சுகள்கூட உறைந்து அதிர்ச்சியூட்டியது. இவ்வளவுக்கும் நடுவில் பெரிய பெரிய துருப்பிடித்த சைக்கிள் சக்கரங்கள் மட்டும் பல்லிளித்துச் சுழன்றன. ஈஸ்வரியின் கணவனுக்குத் தாங்க முடியாதது போலாயிற்று.

"எழுந்திருக்க வேண்டாம். பேசாமல் உட்காருங்க எல்லோரும்னு சொல்லிவிடேன்..."

"சொல்லச் சொல்லக் கேட்கமாட்டேங்கிறாங்க. இதெல்லாம் ஒரு மரியாதைதானே. ஏன் அவங்க நின்றால் மகராசாவுக்கு கால் வலிக்குதோ?". சாணை தீட்டின விளிம்புடன் நசுக்கென்று கீறி, ரத்தக்கசிவைத் துடைக்கிற இந்தச் சிரிப்பை எவ்வளவு காலம் யார் யாரிடம் எல்லாம் கண்டாயிற்று.

"மரியாதையைப் பற்றியெல்லாம் குற்றம் சொல்லலை, அதெல்லாம் இருக்கட்டும். ஆனால் மரியாதையும் கலகலப்பும்

ஒன்றாக இருக்கக்கூடாதா என்ன." சொல்லுகின்ற இவனையே ஈஸ்வரி பார்த்துக் கொண்டிருந்தாள். கண்கள் அசையாமல் அகன்று, ரப்பை மயிர்கள் சிலீரென்று நின்றன.

"நீ சொன்னால் கேட்காவிட்டால், எழுந்திருக்க வேண்டாம்னு நான் வேணும்னா சொல்லிடட்டுமா?". சொல்லி முடிப்பதற்குள்ளேயே ஈஸ்வரி ஆரம்பித்தாள்.

"அதெல்லாம் நீங்க ஒண்ணும் சொல்ல வேண்டாம். எழுந்திருக்கிறவரை எழுந்திருக்கட்டும். தானாகவே ஒருநாள் உட்கார்ந்துக்கலாம்னு தோணும். அப்போ உட்கார்ந்துக்கட்டும்."

ஈஸ்வரியின் குரல், வீட்டுக்குள் புழங்குகிற அன்றாடக் குரல் போல் அன்றி, ஒரு இழை வித்தியாசமாக, எதையோ கழற்றிக்கொண்டு ஒரு அடர்த்தியில் போய் நின்றது. ஜன்னல் பக்கம் பார்த்தபடி நின்ற அவளுடைய முகம் சொல்ல முடியாத அமைதியில் இருந்தது.

"இப்படித்தான் எங்க அப்பா கையை புடிச்சுக்கிட்டு வயலுக்குப் போகும்போது, வரப்புல கால் வச்ச உடனே அம்பது – அறுபதுன்னு கொக்கு வெள்ளை வெளேர்னு எழுந்திரிச்சுப் பறந்துபோகும். இப்படித்தான் அப்பா வெளியிலேயிருந்து வீட்டுக்குள்ளே வரும்போது, அம்மா, நடுவீட்டு அத்தை, குப்பு ஆச்சி எல்லோரும் எழுந்திரிச்சு நிப்பாங்க. அப்பா ஒண்ணுமே பேசாமல் செருப்பைக் கழற்றிப் போட்டு விட்டு, வாசலில் இருக்கிற தொட்டியில் இருந்து செம்பு செம்பாகக் கோரிக் கோரி ஊற்றிக் காலைக் கழுவிக்கிட்டு, நான் எங்கேயாவது நிற்கிறேனான்னு பார்ப்பாங்க." ஈஸ்வரியின் வெகு தொலைவுக்குப் போன சொல்லுடன் அவளுடைய அப்பா செம்புசெம்பாக ஊற்றுகிற தண்ணீரும் பெருகிப்பெருகி ஒரு ஓடை போல நகர ஆரம்பித்திருந்தது.

ஈஸ்வரி ஓடையில் நின்று கொண்டிருந்தாள்.

● 'குங்குமம்' மார்ச் 1988